લઘુકથા સંગ્રહ

શુકન

હરિવદન જોશી

"Connect the Vision"™
Nexus Stories Publication
Bhārata

NEXUS STORIES PUBLICATION

Surat, Gujarat, India.

Title – શુકન

First Published by Nexus Stories Publication 2022

ISBN # 978-93-91529-52-9

Publication

Nexus Stories Publication
Surat (Gujarat), Bhārata
https://nexus-stories. com
+91 87800 80718

અર્પણ

લબ્ધ પ્રતિષ્ઠિત સાહિત્યકાર

પરમ મિત્ર

ડૉ. મધુભાઈ કોઠારીને

મારી વાત

ઓગણીસમું પુસ્તક... લઘુકથા સંગ્રહ બીજો. આ પહેલા 2018માં 'ધુળકી' લઘુકથા સંગ્રહ પ્રગટ થયો, ત્યારે એને ખૂબ સારો પ્રતિભાવ મળેલો. સમીક્ષકો, સાહિત્યકાર મિત્રો અને વાચકોનો આવકાર સાંપડયો. આથી અન્ય સ્વરૂપોની જેમ લઘુ કથાઓ પણ લખાતી ગઈ. સામાયિકોમાં પ્રગટ થતી રહી.

આજની ભાગદોડવાળી જિંદગીમાં સમયનો અભાવ વર્તાય છે. ઈ. બુક, એસ.એમ.એસના જમાનામાં લાંબા લખાણો – દળદાર ગ્રંથો વાંચવાનો સમય નથી રહ્યો. ત્યારે લઘુકથા વંચાય છે. એનો સ્વીકાર થયો છે. મોટાભાગના સામયિકો લઘુકથા પ્રગટ કરે છે.

'સંવેદના', 'ભાવિક પરિષદ', 'નવચેતન', 'તમન્ના', 'જનકલ્યાણ', 'એક્સક્લુઝિવ' જેવા સામયિકોમાં કેટલીક રચનાઓ પ્રગટ થયેલી છે. સહુ તંત્રીશ્રીઓનો આભાર માનું છું. પુસ્તક પ્રકાશિત કરવા ઉત્સાહ બતાવનાર કૌશલભાઇ જોશીનો પણ આભાર માનું છું.

મારા અન્ય પુસ્તકોની જેમ આ લઘુકથા સંગ્રહ 'શુકન'ને પણ ગુજરાતના સુજ્ઞ વાચકો આવકારશે એવી આશા રાખું છું.

હરિવદન જોશી

'સંવેદના' નીકોરા

તા. જિ. ભરુચ

તા. ૦૭/૦૩/૨૦૨૨

મો. ૯૮૯૮૩૨૯૦૬૪

હરિવદન જોશીના પુસ્તકો

ક્રમ	પુસ્તકનું નામ	પ્રકાર	સાલ
1	મારે ગીત ગાવું છે.	બાળગીત સંગ્રહ	2000
2	લાગણીના ફૂલ.	લઘુનવલ	2002
3	માતૃવંદના	સ્મરણિકા	2009
4	વરધભાઈ આપણા સહુના	જીવન વૃતાંત	2010
5	લાગણીની બારી	ગઝલ સંગ્રહ	2011
6	મહાસતી અનસૂયા	તીર્થ મહિમા	2012
7	શબ્દના સરનામે	કાવ્યસંગ્રહ (સંપાદન)	2013
8	નામ લખી દઉં	કાવ્યસંગ્રહ	2014
9	વતનના રતન	ચરિત્ર નિબંધ સંગ્રહ	2014
10	વૃક્ષોપનિષદ	પ્રલંબ કાવ્ય	2014
11	ક્ષણની સુવાસ	લઘુ કાવ્ય સંગ્રહ	2015
12	નિકોરા દર્શન	ઇતિહાસ	2015
13	સંવેદનાના માણસ	ચરીત્ર	2015
14	ટહુકો ભરૂચનો	કાવ્ય સંગ્રહ (સંપાદન)	2016
15	Fragrance of Moment – English Translated by Jyotish Mehta	Short Poem	2016
16	ધૂળકી	લઘુકથા સંગ્રહ	2018
17	સત્યકથાઓ	વાર્તાસંગ્રહ	2018
18	જય એકલિંગજી	ઐતિહાસિક નવલકથા	2022

અનુક્રમણિકા

૧. સરપ્રાઈઝ

નાની બહેનની પ્રથમ પ્રસૂતિ સમયે પિયરમાં ગયેલી દિશા મોડી રાત્રે પાછી ફરી ત્યારે ક્ષિતિજ ઊંઘી ગયો હતો. હવે સવારે વાત – સરપ્રાઈઝ આપીશ એમ વિચારી એ પણ સુતી.

- સવારે એ નિત્યકર્મ પછી ઘરમાં પ્રવેશી ત્યારે તૈયાર થઈ ક્ષિતિજ નીકળતો હતો. એણે ગાડી પાસે જઈ કહ્યું, 'દિશા ! આજે મારે વહેલું જવાનું છે. તેં મને ઉઠાડ્યો નહી ને કહેવાનું ભૂલી ગયો. મેં જાતે બનાવી ચા પી લીધી છે. બાય'.

ગાડીએ ગતિ પકડી દિશાના મનમાં વિચારોએ પણ ગતિ પકડી. કેવો ભૂલકણો છે! આજે મારો જન્મદિવસ છે એ પણ એને યાદ નથી. ભેગા મળી મારા જન્મદિનને ઉજવવા માટે તો હું આવી હવે એની સાથે બોલવું જ નથી. સાંજે એના આવવાના સમયે હું લતા માસીને ત્યાં જતી રહીશ. એમ નક્કી કરી રસોડામાં પ્રવેશી. ચા મૂકવાની તૈયારી કરી ગેસ ચાલુ કરી તપેલી ચઢાવી. ખાંડ નાખવા ડબ્બો ખોલ્યો તો એમાંથી ચિઠ્ઠી નીકળી. 'મારી વ્હાલી દિશા, જન્મદિનની અઢળક શુભેચ્છાઓ. તું જ્યારથી મારી જિંદગીમાં આવી છે મારા દિલમાં વસી ગઈ છે. સાંજે તારે માટે એક અનુપમ ભેટ લઈ સમયસર આવું છું.' માત્ર તારો જ ક્ષિતિજ.' એણે પાલવથી હર્ષાશ્રુ લૂછયું. પાછળ ઉભેલી લાડકી નણંદે કહ્યું 'ભાભી જુવો તો ખરા ચા ઉભરાઈ ગઈ'.

***

૨. આનંદ આશ્રમ

નગરના આનંદ આશ્રમમાં સત્સંગ સભા ચાલતી હતી. મારા પતિએ અગિયાર હજાર એક રૂપિયાનો ચેક આપી મને કહ્યું, 'આશ્રમ માટે મેં રૂપિયા લખાવ્યા છે તે રૂબરૂ આપી આવજે. હું ઓફિસ જાઉં છું.'

સભા સ્થળે અમારી સોસાયટીના પ્રિયાબહેન મળી ગયા એ અવાર-નવાર આ આશ્રમમાં આવતા હોય છે. અમે તો એમની બદલીને કારણે આ વર્ષેજ અહિ આવ્યા તેથી આશ્રમ અને એની પ્રવૃત્તિઓ વિશે ખાસ જાણ નહી પ્રિયા બહેને મને આગળની હરોળમાં લઈ જઈ બેસાડી.

સ્વામિજીનું પ્રવચન પુરુ થયું. ટૂંકસાર એટલો જ કે દુઃખો ભૂલવા અને પરમાનંદની પ્રાપ્તિ માટે અમારા જેવા સંતોના શરણે આવો. પ્રસાદ, આરતી વહેંચાયા. પ્રિયાબહેને કહ્યું, 'આ થાળી લઈ જાવ એમાંથી કંકુ, પુષ્પ પોથી પર ચઢાવી, વંદન કરી ચેકનું કવર આપી દો' મંચ પર જતાં હું ચમકી ગઈ, પણ મેં એ પ્રમાણે કર્યું મેં કહ્યું, 'સ્વામિજી ! આપણે ભણવામાં સાથે હતા'. એમણે કહ્યું, 'મને પૂર્વાશ્રમ યાદ નથી પણ આ મંત્રનો જાપ કરજો, કલ્યાણ થશે.' એમ કહી એક ચિઠ્ઠી થાળીમાં મૂકી.

હું આશ્રમમાંથી ઝડપથી પાછી ફરી. મને મંત્ર વાંચવાની ઉતાવળ હતી. ગાડી પાસે આવતાં ડ્રાઈવરે દરવાજો ખોલ્યો, ગાડીમાં બેસી ચિઠ્ઠી ખોલી જોયું તો એમાં એક મોબાઈલ નંબર હતો. નીચે લખ્યું હતું 'ફોન કરજે રાહ જોઈશ'.

***

૩. ખીંટી

મોબાઈલ રણકયો, મોટાભાઈનો ફોન હતો. 'આપણું જૂનું ઘર વેચી દીધું છે. આવતીકાલે કાટ-માળનો વેપારી ટેમ્પો ભરશે.'

ગાંધીનગરથી ગામના ઘર સુધી એનું મન પહોંચી ગયું ૧૦૦ કિ.મી. યાત્રા ક્ષણાર્ધમાં પૂરી થઈ.

ફળિયું, હિંચકો, આંગણ, માટીની ઓટલી અને વડની નીચે ચાંદનીના ચાંદરણામાં એન ઘેન દીવા ઘેનની રમત બધુ યાદ આવી ગયું. બા, બાપુજી, ઈલા બાળપણના ભેરુબંધ પણ ખરા જ.

એણે ડ્રાઈવરને કહ્યું, 'કાલે ગામ જવા નીકળીશું.'

હાઈવે પર પુરપાટ દોડતી ગાડી કિ.મી. પસાર કરતી હતી. વૃક્ષોની જેમ વર્ષો પસાર થતા હતા.

ગામ પહોંચ્યા ત્યારે સાંજ પડવા આવી હતી. કાટમાળના સામાનનો ટેમ્પો ભરાતો હતો. કાટમાળનો વેપારી નકામી વસ્તુઓ ખૂણામાં ફેંકતો હતો.

એણે દીવાલમાં જડાયેલી લાકડાની ખીંટી ફેંકાતી જોઈ. મન અતીતમાં જઈ ચડયું. એ પહેલા ધોરણમાં હતો ત્યારથી એ ખીંટીએ દફતર ભેરવતો હતો. એજ ખીંટી પર ભમરડાની દોરી અને ખમીસ પણ રહેતા હતા. કાદવીયા ભીંતમાંથી ખીંટી છૂટી પડતી ત્યારે બા, ઈંટના ટૂકડા નાખી ગારથી એને ફીટ કરતી.

કોઈકે વેપારીને કહ્યું, 'રાવજીભાઈના નાના ભાઈ છે, ગાંધીનગર નોકરી કરે છે' એ અતીતમાંથી વર્તમાનમાં આવ્યો.

અસ્ત વ્યસ્ત પડેલા પતરાં, બારસાખ, પાટડીઓ વચ્ચે ફર્યો. માટીના ઢગલા પર નજર નાખી થોડીક ધૂળ માથે ચઢાવી ડ્રાઈવરને કહ્યું, 'આ ખીંટી લઈલે પાછલી સીટ પર મૂકી દે.'

***

૪. બહુ મઝા આવી

જંગલના ઝાડ કાપવા માટેનો કોન્ટ્રાકટ આપવાની સત્તા મારા હાથમાં હોવાથી ગુજરાતના સરહદી જંગલ વિસ્તારમાં મારે જવાનું થતું. સુકા ભેગા લીલાં ઝાડ પણ કપાતાં. હું આંખ આડા કાન કરતો.

જયારે હું જંગલ વિસ્તારમાં હોઉં ત્યારે કોન્ટ્રાકટરો મારી આગળ પાછળ ફરતા અને સારામાં સારી ખાતર બરદાસ્ત કરતા. આવાજ એક કામ માટે હું પંચમહાલના જંગલ વિસ્તારમાં હતો.

કોન્ટ્રાકટરોને 'સવારે નિર્ણય જણાવીશ' કહી હું લટાર મારવા નીકળ્યો. જંગલમાં શિયાળાની ઠંડી રાત વહેલી શરૂ થઈ જાય છે.

હું પાછો ફર્યો ત્યારે બહાર તાપણા સળગતા હતા. નવ વાગ્યે હું ઝુંપડામાં ગયો. બીજા ઝુંપડા કરતાં આ કૈક વ્યવસ્થિત હતું. એક પલંગ પાથરેલો હતો. ધીમુ ફાનસ બળતું હતું. નાઈટ ડ્રેસ પહેરી હું બેઠો. યુવાન–દેખાવડી એક સ્ત્રી આવીને પલંગ પર બેઠી એણે મારો હાથ પકડયોને સૂઈ જઈ મને એના પર ફેલાવવાનો પ્રયત્ન કર્યો. હું સભાન થઈ ચોંકી ગયો. મેં મારો હાથ એના માથા પર મુકી કહ્યું, 'બહેન ! તને કોણ અહીં લાવ્યું?' એણે ભીના સાદે કહ્યું, 'બૂચીયો ! મારો ઘરવાળો એ કન્ટ્રાટી સે ઝાડો કપાવે સે.'

મેં કહ્યું, 'તું જા બહેન ! હું એને કોન્ટ્રાકટ આપીશ.' એ ધીમે પગલે સરકી ગઈ. સવારે બૂચીયો દૂર ઉભો હતો. એનો સાથી મને પૂછતો હતો. 'મઝા આવી સાએબ'

મેં કહ્યું 'બહુ મઝા આવી.'

***

૫. બર્થ ડે

અષાઢ મન મુકીને વરસ્યો ને ખેતરોમાં તુલ ઉગી નીકળ્યું. નિંદામણ દુર કરવા જતા ટોળામાં એ પણ જોડાઈ ગઈ. ઓગણીસમું ચોમાસું માણતી કોલેજ કન્યાને એમ કે મા–બાપને ટેકો થાય. ખેતરમાંથી નિંદામણ અને મનમાંથી સાકાર ન થનારા સપના એ કાઢતી હતી.

ત્યાં સપનાનો રાજકુમાર આવ્યો. અનિમેષ નયને એ જોઈ રહી. સખીએ કહયું, 'કામ કર માલિક છે.' સોહામણા યુવાને પાસે આવી એના તરફ અંગુલીનિર્દેષ કરી પૂછ્યું 'આ કોણ છે?' એક પ્રૌઢાએ કહયું, 'બાપુ, મેઘજીની છોડી'. યુવાને પુનઃ પૂછયું, 'આજે પહેલી વાર આવી છો?'એણે નેહ નીતરતી નજરોનું અનુસંધાન કરી કહયું, 'કોલેજમાં ભણું છું, આજે રજા છે એટલે.' માલિકે કહયું, 'તારા જેવી થી મજુરી ન થાય એણે કહયું, 'આજે મારી બર્થ ડે છે પણ ઘરમાં પૈસા....'

એ ઝડપથી કુવાની ઓરડીના આંગણામાંથી ગુલાબ તોડી લાવ્યો. નજીક આવી 'હેપી બર્થ ડે, કોંગ્રેચ્યુલેશન' કહી ગુલાબ આપ્યું. ક્ષણેક અટકી નજર સાથે નજર મીલાવી એણે કહયું. 'હું પ્રતિદિન તને ગુલાબ આપી શકું?' નજર મળી ઉભય હસ્યા, આંબાની ડાળે કોયલ અને કમખાએ મોર ટહુકી ઉઠયા.

***

૬. શુકન

રંગપુરના જમીનદારની પુત્રી વસુંધરાના લગ્ન પૂર્ણ થયા. કન્યાવિદાયનો પ્રસંગ સંપન્ન થયો. પૈડું સીંચાયું. ગાડી નીકળી.

વસુ અતીતમાં ખોવાઈ ગઈ. ગામને પાદર, વડ, તળાવ અને કાર્તિક યાદ આવી ગયા. એ કાર્તિક શુક્લ જે ક્યારેક પ્રિયતમ હતો. વિધવા માના સોહામણા. કવિ હૃદયી કાર્તિક સાથે વિતાવેલી મધુર પળો તાદૃશ્ય થઈ ઉઠી.

એનું લગ્ન નક્કી થયું પછી અસ્થિર મગજનો કાર્તિક તળાવની પાળે પડી રહેવા માંડયો. સહુ પાગલ કહી પજવવા લાગ્યા.

વિચારતંદ્રાનો ભંગ થયો. ડ્રાઈવરે જોરથી હોર્ન માર્યું. ટોળું આવતું દેખાયું કોઈકની સ્મશાનયાત્રા હતી. વસુએ કાચ ઉતાર્યો. ડાઘુઓની વચ્ચેથી ગાડી મંથરગતિએ પસાર થતી હતી. કોઈક બોલ્યું, 'આખરે કાર્તિક ગાંડો મરી ગયો.' પતિએ કહ્યું, 'રૂદન વગરનું શબ સામું મળ્યું. શુકન સારા થયા.'

***

૭. મોંઘી

રઘુવીર ઠાકુર ગામધણી. ગામના ઠાકોર. દોમ દોમ સાહ્યબી. પુરાણા દરબારગઢમાં સવાર-સાંજ દરબાર ભરાય. ડાયરામાં અલક-મલકની વાતો ચાલે. મહેમાનોના ઘોડાની હણહણાટી સંભળાયા કરે. પંદરસો વિઘા જમીનના માલિક ખેતીની સારી ઉપજ. પ્રજાનો પ્રેમ સંપાદન કરેલો. ઠાકોર રંગીન મીજાજના.

એકવાર કારભારી સાથે વાડીએ આંટો મારવા ગયા. ત્યાં ખેતરમાં કામ કરતી મોંઘી સાથે આંખ મળી ગઈ, પછી તો બીજી મુલાકાતમાં ઝાડની આડસે ચસચસતું ચુંબન કરી બાહુપાશમાં ભીસી દીધી. આવું ઘણીવાર બન્યુ.

ગામને છેવાડે ગરીબ પછાત વસ્તીમાં રહેતી મોંઘીએ માતા-પિતાના આગ્રહ છતાં લગ્ન ન કર્યા. માતા-પિતા અવસાન પામ્યાં. ભાઈ અકસ્માતમાં માર્યો ગયો. ભાભી પુનઃલગ્ન કરી ચાલી ગઈ.

વાડીમાં મુલાકાતો વધતી ગઈ, વર્ષો વીતતા ગયા.

આઝાદી આવી, રજવાડા મટી ગયા. ઠાકોરની ઠકરાત પણ ગઈ. ગણોતધારામાં જમીનોય ગઈ. ઠાકોર પાસે દરબારગઢ સિવાય કશુયે બચ્યું નહી. ખુશામતીયા સાથ છોડી ગયા. બે પત્નિઓનું અવસાન થયું. છોકરો નજીકના શહેરમાં નોકરી કરવા લાગ્યો.

ઠાકોરની અવસ્થા થઈ માંદગી વધતી ચાલી. એક દિવસ સવારે દરબારગઢમાંથી રડારોળ સંભળાઈ. નજીકના સગાંઓ અને

ગામના આગેવાનો રઘુવીરસિંહ ઠાકોરને પુષ્પાંજલી અર્પણ કરતા હતા ત્યારે ગામના છેવાડે હૈયાફાટ રૂદનથી ફળિયું ગાજી ઉઠયું, મોંઘી બંગડીઓ ફોડી આક્રંદ કરતી હતી.

***

૮. ગેરહાજર

'રતન શંભુ વસાવા' શિક્ષકે નામ ઉચ્ચાર્યું, 'હાજર સાહેબ' ન સંભળાયું. હાજરી પત્રકમાં ગેરહાજર લખ્યું. આગળનું નામ બોલતા પહેલાં મનોમન નક્કી કર્યું, કેટલાયે દિવસથી આવતી નથી આજે એના વાલીને બોલાવી પૂછવું પડશે.

શિક્ષણ કાર્ય શરૂ થયું. આચાર્યશ્રીએ નાની રિશેષ પછી શાળાના કામ અંગે નજીકની જુથ શાળામાં મોકલતાં એ રતનના વાલીને ન બોલાવી શક્યા.

બીજે દિવસે રતન શાળાએ આવી એમને ગુસ્સો આવ્યો. ટેબલ પાસે બોલાવી પૂછયું, 'આટલા બધા દિવસ કેમ નહોતી આવી? હવે નહીં આવે તો તારું નામ કાઢી નાખીશ' રતને કહ્યું, 'સાહેબ ! મારા પપ્પા નથી. મારી મા મજુરીએ જાય છે. હું એકલી જ છું. મારો ભાઈ માંદો હતો એને સાચવવામાં અને ખવડાવવામાં મોડું થઈ જતું હતું એટલે નહોતી આવતી'. શિક્ષકને પરિસ્થિતિ સમજાઈ એણે ભાવપૂર્વક પૂછયું, 'હવે ભાઈને સારુ થઈ ગયું ને?' એણે કહ્યું, 'ના, ભાઈ કાલે મરી ગયો આથી સમયસર આવી શકી છું'. રતન અને શિક્ષકની આંખો વરસી પડી ઘડીભર સન્નાટો છવાઈ ગયો. ત્યારે રાઉન્ડમાં નીકળેલા આચાર્યશ્રી તાડુક્યા,' હવે વાતો જ કર્યા કરશો કે કંઈ ભણાવશો?'

***

૯. પુરસ્કાર

સંદીપ પાઠક 'ચમન'ને મુશાયરામાં કાવ્યપાઠ માટે આમંત્રણ મળ્યું. એણે પૂર્વ તૈયારી કરી. એકમાત્ર વર્ષો જૂનો કોટ ધોવડાવ્યો પેન્ટની ઉકલી ગયેલી સીલાઈ ફરીથી કરાવી. એણે પત્નીને કહ્યું, 'આ સમયે સારો પુરસ્કાર મળશે તો તારા માટે નવી સાડી લેવી છે'. પત્ની એ કહ્યું, 'નહી તમારા માટે નવી શેરવાની અને સુરવાલ લેવા છે કવિ જેવું લાગવું જોઈએને!'

સાહિત્ય રસિકો – કવિતાપ્રેમીઓની ભરચક હાજરીમાં વૈભવ હોલમાં એણે કવિતા રજુ કરી સહુએ તાળીઓથી વધાવ્યો. સાથી મિત્રોએ પણ ખુબ પ્રશંસા કરી.

મોડી રાત્રે મુશાયરો પુરો થયો. સવારે એ ઘરે પહોંચ્યો. પત્નીએ પુષ્પગુચ્છ સાથે મુકેલું કવર કાઢ્યું. એની નજર સમક્ષ આસમાની શેરવાની અને બદામી સુરવાલ આવી ગયાં પણ કવર ખોલી જોયું તો આભારનો પત્ર અને માત્ર ૧૦૦/- રુ. હતા.

***

૧૦. બસ ઊભી રહી

વર્ષો પછી રંજન પીયરમાં આવી હતી. આગલી પરસાળમાં અવાજ થતાં બહાર આવી તો કાળી બીલાડી ટેબલ પરથી કુદતાં બાપુજીનો ફોટો નીચે પડયો. એણે બાપુજી તરફ નજર માંડી. શાંત ચહેરો રૌદ્ર થતો ગયો. એ ગુસ્સામાં ધ્રુજતાં કહેતા હતા. 'રંજી ! જા તારું કાળું કર. હવે મારા ઘરમાં તું ન જોઈએ. એ રઘલાને તો હું ભડાકે દઈશ.' બા વચમાં પડયાં તો હડસેલો મારી ગબડાવી મૂકી છાતી પર પગ મૂકી બરાડ્યા. 'તેં જ એને બગાડી છે, બેય જણી અબ ઘડી મારા ઘરમાંથી નીકળી જાવ.'

યુવાનીમાં સમવયસ્ક રઘુ સાથે આંખ મળી ગઇ અને પ્રેમ થઈ ગયો. એક દિવસ તળાવની પાળે બેયને જોઈ જતાં સવજીએ બાપુજીને કહી દીધું. આબરૂને ખાનદાનીના ખ્યાલમાં રાચતા બાપુજીએ બેયને ઘરમાંથી કાઢી મૂક્યા.

બા સાથે મામાને ત્યાં જઇ ગ્રેજયુએટ થઈ. બાની ઈચ્છાની અવગણના કરી અપરણિત રહી નોકરીએ લાગી. બા એ ગામનું પાણી અગરાજ કરેલું. બાપુજી ગુજરી ગયા ત્યારે લોકલાજે ગામમાં આવેલા. પછી તો બા એ ગુજરી ગઈ.

બહારથી માલતીએ બૂમ પાડી 'રંજનબહેન એસ.ટી.નો સમય થયો.' પાદરમાં બસ સ્ટેન્ડ સામે વડ હજી એવો જ હતો. બાલ્યકાળમાં જયાં એ રમતી હતી ત્યાં બાળકો રમતા હતા. બસ આવી પંદર-વીસ મુસાફર બેસી ગયા. બારી પાસે બેસી એ દૂર જોતી હતી ત્યાં એક ચીંથરેહાલ ભિક્ષુકે હાથ લંબાવ્યો.

ઓચીંતી ધૂળની ડમરી ચડી. ચાળીસ વર્ષનો કાલખંડ સરી ગયો. 'અરે રઘુ તું!' રઘુ જુએ ને ઓળખે તે પહેલાં બસ ઉપડી. એણે બૂમ પાડી બસ ઉભી રખાવી. બસ ઉભી રહી. રંજન નીચે ઉતરી ગઈ.

***

૧૧. ભાઈ-બહેન

ટયુશન કલાસમાં શિક્ષણ કાર્ય પતાવી પ્રાધ્યાપિકા હિના શુકલ હોલના પગથીયાં ઉતરી પાછા વળ્યા ત્યારે અંધારું થઈ ગયું હતું.

એમણે સ્કુટી ચાલુ કરી ઝડપથી પ્રયાણ કર્યું. અંધારીયો નિર્જન ખૂણો આવતાં હંમેશની જેમ દહેશત સળવળી. ન કરે નારાયણ ને...

એમની ધારણા સાચી પડતી હોય તેમ ત્રણ ચાર આવારા યુવાન ધસી આવ્યા એમણે સ્કુટી ભગાડી પણ તેઓ રોડ વચ્ચે લાકડી ધરી ઉભા રહ્યા. એ બેલેન્સ ગુમાવી પડયા. એક જણે હાથ પકડયો બીજા ઝાડી તરફ ધકેલવા લાગ્યા. એમણે 'બચાવો ... બચાવો....' ચીસ પાડી ત્યાં સરોવરની પાળ પરથી ધસી આવેલ એ માણસે યુવાનોને પડકાર ફેંકી ઝપાઝપી કરી. સશકત, ખડતલ માણસનો માર અને હાકોટાથી જુવાનીયા ભાગી ગયા.

હિનાએ અશ્રુભીની આંખે આભાર માન્યો 'ભાઈ ! ખરે સમયે આજે તમે ન હોત તો.....'

અજાણ્યા મદદગારે કહ્યું, 'કુદરત પણ કેવા રંગ બતાવે છે સાલુ?' હિના શુકલના અતિ આગ્રહથી એણે જણાવ્યું 'કોલેજ શરૂ થઈ ગઈ છે. એડમીશન મળી ગયું છે. પણ મારી એક માત્ર પુત્રીને ભણાવવા માટે ફી ભરવાના પૈસા નથી આથી હું આત્મહત્યા કરવા આવ્યો હતો ત્યાં તમારી ચીસ સંભળાઈ.'

ક્ષણાર્ધ વિચારી હિનાએ સોનાની બંગડીઓ ઉતારી આપી કહ્યું 'ભાઈ ! હું પણ રોકડા પૈસા આપી શકું એમ નથી. મારા

પતિની નોકરી છૂટી ગઈ છે અને બીમાર છે. આ બંગડી વેચી એ નાણાંથી ફી ભરી દો.'

પૂનમના ચંદ્રએ ડોકીયું કર્યું ત્યારે ભાઈ-બહેન સ્કુટી પર જતા હતા.

***

૧૨. દાદાને નહીં જવા દઈએ

રવિવારની રજાના દિવસે સુધીર, શ્રેયા ને શ્લોક ઘરની આગળ આંગણામાં રમતા હતાં. આંગણામાં બે વર્ષ પહેલાં દાદાએ વાવેલ લીમડાનો છોડ એમનાથીયે મોટો થયો હતો. સહુ બાળકો રવિવારે અને રજાના દિવસે એને પાણી પાતા. સહુ એને (લીમડા) દાદા કહેતા.

દાદા મોટા કાકાને ત્યાં હતા. એક મહીનો એમને ત્યાં આવતા ત્યારે સહુને ખૂબ ગમતું. એક મહીનો શહેરમાં મોટા કાકાને ત્યાં જતાં ત્યારે જાય તે દિવસથી પાછા આવવાની રાહ જોતાં.

આજે દાદા આવવાના છે. દાદાને લીમડો બતાવીશું. દાદા સાથે રમીશું. નાના બાળકો દાદાની પ્રતીક્ષામાં હતા. ત્યાં મોટા કાકાની ગાડી આવી. દાદાને બન્ને હાથે કાકા અને કાકીએ પકડી ગાડીમાંથી ઉતાર્યા. મમ્મી બોલતી હતી, 'માંદા થ્યા તોયે મૂકી ગયા. વારો બરાબર જાળવે છે હાળા !'

પપ્પાએ બહારથી આવી ખાટલામાં ખાંસતા દાદાને જોઈ કહ્યું, 'માંદા થયા ત્યારે તો શહેરમાં રહેવું તું! ત્યાં દાક્તરની સગવડ છે!'

સાંજ પડી મમ્મીએ બૂમ પાડી! 'દાદાને કહે ખાવું હોય તો ખાઈ લે ! આજે પાડી ધાવી ગઈ છે દૂધ નથી. રોટલો ગોળ સાથે ખાઈ લે.'

દાદા ઊઠયા. લાકડી લઈ ધીમા પગલે ચાલવા લાગ્યા. બાળકો ભેગા થઈ કહેવા લાગ્યા, 'દાદા ને નહીં જવા દઈએ' ત્યારે જ ભેંસ છૂટી ગઈ અને લીમડાને પગ મૂકી ભાંગી નાંખ્યો.

***

૧૩. આન્ટી

આખી રાત મુશળધાર વરસેલા વરસાદે પોરો ખાધો. માલતિએ ચિંતુને નવડાવી તૈયાર કર્યો. બકુલના ફોટાને વંદન કર્યા પછી કામે વળગી.

બકુલના મૃત્યુને આજે બરાબર બાર માસ થયા. ત્યારે પણ આવોજ વરસાદ હતો. એ ઓફિસના કામે બહાર ગયો હતો એણે થેલો તૈયાર કર્યો હતો. શરદીની પ્રકૃતિ હોવાથી બામની સાથે કાશ્મીરી ગરમ શાલ મૂકી હતી. હસતે મુખે એણે વિદાય આપી હતી. ત્રણ વર્ષના ચિંતુએ ટાટા-બાય કહ્યું હતું એ પત્રની રાહ જોતી રહી ત્યાં પાંચમે દિવસે એનો મૃતદેહ આવ્યો હતો.

વિચાર વમળમાંથી બહાર આવી રસોડા તરફ જાય છે. ત્યાં દરવાજામાં ઉભેલી એક યુવાન, નમણી ભીખારણની કાકલુદી સંભળાઈ 'બેન બે દિવસથી ભૂખી છું. કંઈક આપો. ભગવાન તમારું ભલું કરશે' માલતિએ બહાર આવી જોયું તો પેલી સ્ત્રી હાથ લંબાવી દયામણા અવાજે બોલતી હતી. 'બેન ભૂખી છું...'

એણે ધ્યાનથી જોયું તો ચમકી ગઈ. એણે ઓઢેલી શાલના ખૂણા પર એણે ક્યારેક સ્વહસ્તે ભરેલું 'માલતિ' નામ હતું એણે ભીખારણને કંઈ જ ન પૂછતાં ઘરમાં બોલાવી પ્રેમપૂર્વક જમાડી. ચિંતુ એ પૂછયું, 'મમ્મી, આ કોણ છે?' એણે કહયું 'આન્ટી'.

***

૧૪. મોહિની

સંત પ્રેમાનંદ ચાતુર્માસ નિમીત્તે ગામ બહાર આવેલી ગુફામાં રહેતા હતા. એમની મનાઈ હોવા છતાં ભક્તો આવતા હતાં. સંત રોજ સાંજે સત્સંગ કરતા હતા. ભક્તજનો આટો, ફળ, શાકભાજી લાવતા હતા. પ્રેમાનંદ મધ્યાન્હ ભોજન બનાવી ઠાકુરજીને ભોગ લગાવી જમતા હતા.

પ્રેમાનંદની ખ્યાતી ફેલાવા લાગી. ધીમે ધીમે સ્ત્રીઓ પણ આવવા લાગી. અષાઢ મહિનો, વરસાદે હેલી કરી, એવામાં કોણ આવે? છતાં એ કોઈકની પ્રતીક્ષામાં હતા. ત્યાં એ ઢળતી સાંજે ધીમી ધારે વરસતા વરસાદમાં એમણે ગામની યુવાન વિધવા મોહિનીને આવતાં જોઈ.

મોહિનીનું આવવું ને વિજળીના કડાકા સાથે પ્રચંડ મેઘગર્જના થઈ. બીજે દિવસે વરસાદ થંભ્યો. કેટલાક ભકતજનો પ્રેમાનંદની ખબર કાઢવા આવ્યા જોયું તો ગુફામાં કોઈ નહોતું. ગામમાં મોહિનીયે નહોતી.

***

૧૫. શેઠની ભેટ

શેઠે દુકાન વધાવી વકરો કાપડની નાની કોથળીમાં મૂકયો. તાળુ લઈ ઉઠવા જતા હતા ત્યાં એક યુવાન અને યુવતી પ્રવેશ્યા. ફુટડો નવયુવાન એની પત્ની સાથે આવ્યો હતો.

'શેઠ કાકા! કેમ છો!'

શેઠે યુવાન તરફ જોઈ યાદદાસ્ત તાજી કરી પણ કંઈ યાદ આવ્યું નહીં. એમણે પૂછયું, 'કોણ ભાઈ?' યુવાને કહ્યું, 'હું મનોર, મારી મા તમારે ત્યાં કામ કરતી હતી. બહુ વરસ થયા, પછી તો હું સાત ચોપડી ભણી શહેરમાં જતો રહ્યો. કારખાનામાં નોકરી કરું છું. મારી પત્ની હાટુ સાડી લેવા આવ્યો છું.'

શેઠની નજર આગળથી વીસ વર્ષ દુર થઈ ગયાં એમને મંદા સહેજ યાદ આવી ગઈ. નાજુક, નમણી સહેજ ભીનેવાન પણ જોતાં જ ગમી ગયેલી અને ઘરકામ માટે રાખી દીધેલી. થોડા સમય પછી શેઠાણીની માંદગી એમનો પીયરવાસ અને મંદાનો સહવાસ. એકાંતવાસ. તે દિવસે ધોધમાર વરસાદ પડેલો અને પોતે પણ વરસી પડેલા.

શેઠે કહ્યું, 'મનોર બહુ મોટો થઈ ગયો. મંદા મારે ત્યાં આવતી ત્યારે તો તારો જનમ પણ નહીં. તારા બાપુ કાયમના માંદા. તમે કેટલા ભાઈ–બહેન? મંદા કયાં છે?'

મનોરે કહ્યું, 'બાપુ ક્ષય રોગમાં મરી ગયા. મા પણ બે વરસ પહેલાં મરી ગઈ. હું એકલો જ છું પોર વૈશાખમાં લગન કર્યાં.'

'મને સાડી જોઈએ છે.'

શેઠે શીફોનની સાડી અને ગ્વાલીયરના શર્ટ પેન્ટનું કાપડ પેક કરી આપતા કહ્યું, 'લે આ શેઠ કાકા તરફથી ભેટ. પૈસા નથી લેવાના.'

***

૧૬. રાખડી

કોલેજમાં ત્રીજા વર્ષમાં અભ્યાસ કરતો શ્લોક વ્યથીત છે, એના અને દુર્વાના સંબંધોથી.

દુર્વા એના મોસાળની. બાલ્યકાળમાં વેકેશનમાં મામાને ગામ એક ફળીયામાં સાથે રમેલાં. રમતમાં વાંકુ પડતાં લડેલાં, કંઈ કેટલીયે સ્મૃતિઓ. વર્ષો પછી યોગાનુયોગ કોલેજમાં એકજ વર્ગમાં ભણવાનું થયું. મૈત્રી દ્રઢ થઈ. પરંતુ સમવયસ્ક અન્ય સહાધ્યાયીઓ નિંદા કરવા લાગ્યા. કેન્ટીનમાં, ગાર્ડનમાં કે લાયબ્રેરીમાં બંનેને સાથે જોઈ નિર્દોષ સંબંધો પર કાદવ ઉછાળનારની સંખ્યા વધતી ચાલી.

મૈત્રી સંબંધ વગોવાય અને માઠાં પરિણામો ભોગવવા પડે એના કરતાં નવા સત્રથી કોલેજ બદલવાનું એ વિચારતો હતો ત્યાં એને આવતીકાલના રક્ષાબંધનના તહેવારનું સ્મરણ થયું ને ચહેરા પર ખુશી છલકાઈ ઉઠી. એણે કંઈક નિર્ણય કરી લીધો.

કોલેજની કેન્ટીનમાં ખીસ્સામાં હાથ રાખી એ પ્રસન્ન ચિત્તે પ્રવેશ્યો. વીસ પચીસ યુવક-યુવતીઓના ટોળ ટપ્પા અટકી ગયા. સામેથી પ્રસન્નવદના દુર્વા એની સખી મુદ્રા સાથે આવતી હતી. સાવ લગોલગ થતાં દુર્વાએ અને શ્લોકે રાખડી કાઢી એક સાથેજ આમ બન્યું.

શ્લોકે હાથ લંબાવ્યો. દુર્વાએ રાખડી બાંધી. તાળીઓના ગડગડાટથી કેન્ટીન રૂમ ગાજી ઉઠયો.

***

૧૭. મેળો

ચગડોળ પાસે ભીડ હતી. યુવા હૈયા મનભરી મેળો માણતા હતા. ચગડોળ વગર તો મેળો અધૂરો જ ગણાય.

સાગરે ચગડોળ તરફ જોયું. અતીતના સંસ્મરણો ઘેરી વળ્યા. એ કોલેજના છેલ્લા વર્ષમાં હતો ત્યારે આમ જ ફરવા નીકળેલો અને સરીતા મળી ગયેલી. સરીતા એની બાલ સખી. બંને એકજ ફળીયામાં રહેતા હતા. સાથે રમવાનું ભણવાનું અને શાળાએ જવા આવવાનું. આંખના પલકારામાં જાણે સાત વર્ષ પસાર થઈ ગયાં.

એના પિતાની બદલી થતાં એ નવા શહેરમાં ગયા. તે પછી સાત-આઠ વર્ષે મળેલી ત્યારે સોળ વર્ષની મુગ્ધાએ કહેલું, 'સાગર! હવે આપણે નહીં મળીએ. મારા લગ્ન થવાના છે.' તે દિવસે સાગર અને સરીતા છેલ્લીવાર ચગડોળમાં બેઠેલા પછી ભારે હૈયે છૂટા પડેલા.

જૂની યાદો ખંખેરી એ ઝડપથી ચાલવા લાગ્યો ત્યાં બુમ સંભળાઈ 'સાગર! સાગર!' એણે પાછળ જોયું તો એક શ્વેતવસના વિધવા બોલાવતી હતી. એ નજીક આવી ને પરમ આનંદથી હૈયું જોરથી ધબકી ઉઠયું. એ સરીતા હતી.

વિધવા સરીતાને જોઈ એણે આઘાત અનુભવ્યો. સરીતાએ કહ્યું, 'સાગર! લગ્ન પછી છ માસમાં જ એ અકસ્માતમાં મૃત્યુ પામ્યા. નજીકના ગામની પ્રાથમિક શાળામાં શિક્ષિકા છું એકલી રહું છું!' સરીતાનો હાથ પકડી સાગરે કહ્યું, 'એકલો જ રહું છું. આ ગામની શાળામાં આચાર્ય છું.'

સાગર અને સરીતાનું મીલન થયું. કોઈક હોટલમાંથી ગીત સંભળાતું હતું. 'હાલો માનવીયું ના મેળે, મેળામાં મારો મનનો માનેલ છે.'

***

૧૮. અંતર

શ્રાવણનાં સરવરીયા વરસતા બંધ થયા છે. બે-ત્રણ દિવસથી ઉઘાડ નીકળતાં કરસન ખેતરમાં પહોંચ્યો. નિંદવાનું કામ શરૂ કર્યું. તુવરના ત્રણ ચાસ પુરા થયા. એણે આકાશ તરફ જોયું. બાર થવા આવ્યા હશે. હજુ સમુ દેખાય નહી. નામ તો એનું સુમીત્રા પણ કરસન એને સમુ કહેતો.

ઘરેથી નીકળ્યો ત્યારે કહીને નીકળ્યો હતો. 'તું ભાથું લઈને આવજે જેથી મારે ઘરનો ટાંપો ન થાય.' પોરો ખાવા એ ખેતરના શેઢે લીમડાના ઝાડની છાયામાં બેઠો ત્યાં સમુ નેળના રસ્તે આવતી દેખાઈ.

સમુને જોઈને કરસનનો થાક ઉતરી ગયો. ભાથુ છોડતાં સમુ કહેવા માંડી 'વહેલી આવત પણ નાનકાને પટાઈને આવતા મોડું થયું. ધનજીના બાપા ! તમે તો જાણો છો કે ધનજીનો નાનકો મને કેટલી પજવે છે. માંડ ભૂલો પાડીને નેહરી' કરસને કહ્યું, 'છોકરાં દાદાને અને દાદીને જ પજવે ને ! મને તો ધનજીના છોરાં પજવે એ મેઠું લાગસ ! '

સમુનો ગંભીર ચહેરો જોઈ કરસન વિચારમાં પડયો પછી પૂછ્યું, 'કાં ! હું થીયું ! કંઈ બોલતી નથ.'

સમુએ કહયું, 'ધનજીની વહુ ચોથુ છોરુ જણવાની સે. દર હવા વરહે છોરાં જણી બચાડી નંખાઈ જઈ સે.'

કરસને કહ્યું, 'આપણે હું કહી હકીએ જુવાન છોરા વહુને.'

એટલામાં ધનજી દેખાયો. ખેતરમાં આવતાં કરસને ધનજીને કહ્યું, 'બેટા ! આ તુવેરના ચાહમોંથી તુવેરો છેટી પાડી દે. બે વચ્ચે આથ દોઢ આથનું અંતર પાડી દે. અંતર રાખીએ તો પાક હારો થાય.'

સાંભળી સમુએ કહયું, 'તારા બાપાની હાચી વાત છે બેટા! અંતર પાડી દે.'

***

૧૯. મને ભૂખ નથી

૧૪ વર્ષનો બાળમજૂર રામુ મજુરી કરીને લોથપોથ થઈ ગયો. આજે એની વસરગાંઠ છે. સવારે માએ કહ્યું હતું, 'બેટા! આજે કામ પર ન જઈશ, આજે રોટલા થાય એટલો લોટ છે, આજે તને પંદરમું બેઠું. આજે તારી વરસગાંઠ છે' પણ મજુરીએ ન જાય તો નાના ભાઈ–બહેન અને માંદી વિધવા મા ખાયશું?'

ઘડીક પોરો ખાવા બેઠેલો રામુવિચારે ચડયો તો ત્યાં શેઠની બુમ સંભળાઈ, 'એ રામલા ! બેઠો છે શું? હમણાં ઘરાકીનો ટાઈમ થશે. ગલ્લો ઝાપટી કચરો કાઢી નાખ, બરણીઓમાં માલ ભરી દે, આગળ પાણી છાંટી દે.' રામુ કામે લાગ્યો.

સાંજ પડી કાલાવાલા છતાં શેઠે અગાઉ પૈસા ન આપ્યા. રોજની મજૂરીના પચાસ રૂપીયા આપ્યા. એમાંથી જ વરસગાંઠ ઉજવવાની હતી. એ કંદોઈની દુકાને ગયો. જલેબી લીધી પણ એટલી જલેબીથી ચાર જણનું પેટ શું ભરાય છતાં વરસગાંઠ તો ઉજવવાની ને!

જલેબીનું પડીકું લઈ ઉતાવળે સડક નીચેના નાળા પર પહોંચ્યો. રાત થવા આવી હતી નાની મીનાને રાજુ વીંટળાઈ વળ્યા, 'ભાઈ ભૂખ લાગી છે.' માએ કહ્યું, 'બેટા, કંઈ લાવ્યો હોય તો આપ કયારના રાહ જુવે છે !'

રામુએ જલેબી આપી. બંને ભાઇ બહેન ખુશ થઈ ગયાં. જલેબી પર તુટી પડયા. રામુએ માને પણ આગ્રહ કરી સાથે બેસાડી જલેબી મોંમાં મૂકતાં માએ કહ્યું, 'ચાલ તું પણ ખાઈ લે' રામુને ભૂખ તો લાગી હતી પણ કૈંક વિચારી કહ્યું, 'મા! આજે શેઠના દીકરાની

પણ વરસગાંઠ હતી હું ભરપેટ કેટલીયે જાતની મીઠાઈ જમીને આવ્યો છું, મને ભૂખ નથી.'

***

૨૦. રઘુનાથ

રઘુનાથ એટલે મસ્તરામ. છોકરો પરદેશમાં સ્થાયી. પત્ની દસ વર્ષ પહેલાં ગુજરી ગયેલી. વતનમાં એકલા જ. નિવૃત્ત સરકારી અધિકારી. આખો દિવસ ટી.વી. જુએ અને સિગારેટ ફૂંકે. કયારેક ગામ ગપાટાનો લાભ લેવા ચોરે બેસે. ટિફિન બંધાવેલું તે જમી લે. ના ફિકરા સુખી માણસ.

એ માંદા પડયા. દવા શરૂ થઈ. માંદગી લંબાતી ગઈ. પથારીવશ થઈ ગયા. એમના મિત્રોએ પુત્રને વિગતવાર પત્ર લખ્યો પણ કોઈ જવાબ નહીં. ફોન કર્યો તો ઉપાડે નહી. બે-ચાર વાર પ્રયત્ન કરતાં એક વાર ફોન ઉપાડયો. પડોશી ચંદ્રકાંતે એના પિતાના સમાચાર આપ્યા તો કહ્યું,

'મારાથી હમણાં અવાય તેમ નથી. તમે લોકો દવા કરાવજો. હું બીલ આપી દઈશ.'

રઘુનાથની તબિયત લથડતી ચાલી. ફળિયાવાળાએ નિર્ણય કર્યો કે હવે સરકારી દવાખાનામાં ખસેડીએ. એમ્બ્યુલન્સ આવી. સૌ ઉતાવળ કરવા માંડયા.

રઘુનાથે કહ્યું, 'જરા થોભો, છેલ્લું અગત્યનું કામ પતાવી દઉ ખાટલાની પાંગતેથી ચેક બુક કાઢી પાસબુકમાં જોઈ ત્રણ લાખ છપ્પન હજાર - ૩,૫૬૦૦૦ (જમા હતી તે બધી રકમ) નો ચેક પડોશી ચંદ્રકાંતને નામે લખ્યો. ચેક આપતા કહ્યું, 'આ રકમ ગામમાં બંધાય છે તે શાળા માટે દાનમાં આપી દેજો.'

એબ્યુલન્સના ડ્રાઈવરે હોર્ન માર્યું. રઘુનાથ ઘર તરફ જોઈ એબ્યુલન્સમાં બેસી ગયા. રામે અયોધ્યા છોડી દીધી.

૨૧. રાજગોર

મનસુખ પટેલને કેન્સરની જીવલેણ બીમારી દિવસ જાય તેમ દર્દ વધતું જાય. ગામના સહુ ખબર લઈ આવ્યા, સગા-વહાલાઓ આવી ગયા, પરંતુ ગામના અગ્રણી કુટુંબના પરંપરાગત રાજગોર વિજયાશંકર ન આવ્યા એની નોંધ કુટુંબે લીધી. નિવૃત્ત – વયસ્ક રાજગોર રોજ સાંજે ઠાકર મંદિરના આગળના ચોરે સરખે સરખા પટેલો સાથે બેસે. અલક મલકની વાતો ચાલે. આજે સવજીભાઈએ કહ્યું, 'હવે આજની રાત મનસુખ પટેલ ભાગ્યે કાઢે' ગોર બાપાએ મૃત્યુનું રહસ્ય સમજાવ્યું.

બીજા દિવસે મનસુખનું અવસાન થયું. અંતીમ સંસ્કાર થયા. સાંજે ઠાકર મંદિરે મિત્રો બેઠા. કોઈકે પૂછયું, 'ગોર બાપા! તમે ખબર પૂછવા કેમ ન ગયા?' વિજયાશંકરના મોઢા પર શોકનુ વાદળ છવાયું. એમણે ભીની આંખે કહ્યું, 'હવે કહેવામાં વાંધો નથી. મનસુખ મારો ભેરૂબંધ અને યજમાન. પાંચેક વર્ષ પહેલાં એ મારી પાસેથી હાથ ઉછીના દસ હજાર રૂપિયા લઈ ગયેલો. મેં પણ માગેલા નહી અને એ આપી શકેલો નહી. જો હું જાઉં તો મને જોઈ એને એ વાત યાદ આવે મૃત્યુ સમયે હું એને વધારે દુ:ખી કરવા નહોતો માંગતો આથી ન ગયો'.

***

૨૨. કલેકટરના સાહેબ

કલેકટર ઓફિસ સામે બીમાર – અશકત પ્રૌઢ હાંફતા બેઠા હતા. નંબર પ્રમાણે પટાવાળો મુલાકાતીને મોકલતો હતો. પ્રૌઢનો વારો આવ્યો. પટાવાળા એ જવા કહ્યું. એ માણસે મેલું ધોતીયું સરખુ કર્યું. ટોપી ઉતારી ફરી સરખી ગોઠવી. ટેકણ લાકડી અંદર લઈ જવી કે નહી એની અવઢવમાં હતા ત્યાં ફરજ પરના પોલીસવાળાએ કહ્યું, 'લાકડી અંદર નહી લઈ જવાય' એ ભીંતના ટેકે અંદર જવા લાગ્યા.

અંદર પ્રવેશતા વૃધ્ધ લથડયા. પડતા – પડતા બચ્યા.

કલેકટર સાહેબે એમને જોયા. મન અતીતમાં જઇ ચડયું. એ ચરણ સ્પર્શ કરી પગે લાગ્યા અને ભેટયા. વૃધ્ધને સંકોચ થયો. એ આદરપૂર્વક અંદર લઈ ગયા. વૃદ્ધે કહ્યું, 'સાહેબ ! છ મહિનાથી મને પેન્શન નથી મળતું'.

'સાહેબ ! તમે રાજપુર પ્રા.શાળાના નિવૃત્ત આચાર્ય છોને ? હું તમારો વિધાર્થી રઘુનાથ શાસ્ત્રી' કલેકટર સાહેબે હાથ જોડી કહ્યું. વૃધ્ધ ભાવવિભોર થઇ ગયા. હર્ષાશ્રુથી આખો છલકાઇ ઉઠી. નજર સમક્ષ ૩૦ વર્ષ પહેલાનો રઘુ-રઘલો દેખાયો, જેને સારું ભણાવવા માટે એ ખૂબ વઢતા હતા.

પછી તો જીલ્લા પ્રાથમિક શિક્ષણાધિકારી અને તીજોરી અધિકારીને ફોન કરી બોલાવવામાં આવ્યા. શિક્ષકને કંઇ સમજ પડી નહી પણ કલેકટર સાહેબે પુનઃ હાથ જોડી કહ્યું, 'સાહેબ ! હું આજે જે કંઇ છું તમારે લીધે છું. આજે સાંજ સુધીમાં તમને પેન્શન સહિત નીકળતા તમામ નાણાંનો ચેક મળી જશે.'

૨૩. કાંટો

ખેતરના શેઢેથી પાછા વળતાં મનસુખે મંજુને કહ્યું, 'સંભાળજે છીંડામાં કાંટા છે.'

પ્રૌઢાવસ્થા પાર કરી ચૂકેલ પતિ પત્ની શહેરમાં મોટા દીકરાને ત્યાં રહેતા હતા. પિતાનું એક માત્ર સંતાન મંજુ પીયરના ખેતરમાં પતિ સાથે આવી હતી.

જૂની યાદો એને ઘેરી વળી. મનસુખે ચેતવી છતાં છીંડામાંથી પસાર થતાં કાંટો વાગ્યો અને હૃદયમાં ટીશ ઉઠી. પાંત્રીસ વર્ષ પહેલાં આજ ખેતરમાં ગાયને હાંકવા એ આવી હતી ત્યારે છીંડામાંથી નીકળતાં કાંટો વાગેલો. એનાથી ચીસ પડાઈ ગયેલી ત્યારે નજીકના જુવારના ખેતરમાંથી દોડી આવેલ મનહરે કાંટો કાઢી આપેલો તે યાદ આવી ગયું પછીતો...

બધુ યાદ આવી ગયું. આગળ વધેલા મનસુખે નજીક આવી કહ્યું, 'ચેતવી હતી તો પણ કાંટો વગાડયોને !' મંજુલા ધીરેથી ઊભી થઈ. મનસુખે હાથ આપ્યો પણ આ કાંટા કરતાં પેલા કાંટાની વેદના આજે પણ ક્યાં ઓછી થઈ છે !

***

૨૪. વાલ્મીકિ

રામજી મંદિરે ઝાલર વાગી. બાળકો અને કેટલાંક મોટેરાં મંદિરમાં પ્રવેશ્યા. સંધ્યા આરતી પૂરી થઈ. કેશવદાસ મહારાજે પ્રસાદ વહેંચ્યો. કોપરાનો કટકો અને સાકરની કાકરી લઈ રાજી થતા બાળકો વિખેરાઈ ગયાં.

મોટેરા પણ થોડીવાર પછી 'જય રામજીકી' કરી વિદાય થયાં. મહારાજે ગાંજાની ચલમ ભરી ધૂણામાંથી દેવતા મૂકી લાંબો કશ લીધો. રામજી તરફ જોઈ બે-ત્રણ કશ લઈ સાફી બાજુ પર મૂકી ચલમ ધૂણામાં ખંખેરી.

આરતીની જ્યોત હોલવાઈ ગઈ. શિયાળાની રાત જામતી હતી. દૂર કૂતરાં ભસવાનો અવાજ આવ્યો.

દરવાજો ખખડ્યો ધીમે પગલે શાંતા પ્રવેશી. મહારાજના પગ પકડી રડવા માંડી. 'બાપુ ! મને બચાવો.' ધ્રુસકે ચડેલી શાંતાના માથે હાથ મૂકી મહારાજે કહ્યું, 'રો ના દીકરી સૌ સારું થશે !'

શાંતાએ કહ્યું 'મને મારા ધણીએ કાઢી મૂકી છે. તમે તો જાણો છો હજી તો ગઈ સાલ પરણીને હું આવી છું. મારા પીયરના યુવાન સાથે હું તળાવકાંઠે મારા પીયરીયાની ખબર પૂછવા વાત કરતી હતી તેમાં એ વહેમાયો.'

મહારાજે રામજી તરફ જોઈ કહ્યું 'તમે તરછોડેલી જાનકીને વાલ્મીકિએ રાખી હતી.

હવે હું...'

એમણે શાંતાને કહ્યું 'દીકરી ! આજથી હવે તું અહીં રહે. આપણે બાપ દીકરી ભજન કરતાં કરતાં જીવી જઈશું. તું મને ભારે નહીં પડે.'

***

૨૫. બા નો બોયફ્રેન્ડ

સુષ્મા મહેતાના અમૃત મહોત્સવની તૈયારી પૂર્ણ થઈ. આજે સવારથી જ ઘરમાં બધા ઉત્સાહિત હતા બરાબર ૪.૦૦ કલાકે કાર્યક્રમનો પ્રારંભ કરવાનો હતો. અને ૬.૩૦ કલાકે ભોજન સમારંભ.

બપોરનો ૧.૦૦ થયો હતો પૌત્ર, પૌત્રીઓ, દોહિત્રો, દોહિત્રીઓથી ઘેરાયેલા નિવૃત્ત પ્રાધ્યાપિકા ડો.સુષ્મા મહેતા બાળકો સાથે અલક મલકની વાતો કરતા હતા ત્યાં અચાનક ઉદાસ થઈ ગયા. ક્ષણાર્ધ પછી સ્વસ્થ થયા. ચબરાક કોલેજ કન્યા સંહિતાએ આ ફેરફાર જોયો બધાં વિખરાયા એટલે પૂછયું 'બા' ! દાદા તો મારા જન્મ પહેલાં જ ગુજરી ગયા મેં એમને માત્ર ફોટામાં જ જોયા છે. એમની યાદ આવી?' બા એ એક નિઃશ્વાસ નાંખી કહ્યું 'મારી ના છતાં તમે મારા અસ્તિત્વનો ઉત્સવ ઉજવો છો. એનો આનંદ છે. તારા દાદા તો હંમેશા યાદ આવે જ છે પણ આજે મને એવા મિત્રની યાદ આવે છે જે ન હોત તો હું ન હોત' એમની આંખો ભીની થઈ ગઈ ચશ્મા ઉતારી પાલવથી આંખો લુછી ગળગળા ચેહરે એમણે જે વાત કરી એ સાંભળી સંહિતા ચોંકી ગઈ.

કાર્યક્રમ શરૂ થયો. સૌ એ બા ને શુભેચ્છાઓ પાઠવી, પ્રવચનો થયા. એમની સેવાને બિરદાવવામાં આવી. બા એ પણ સહુનો આભાર માની કૃતજ્ઞતા વ્યક્ત કરી. હોલમાં ભરચક મેદની હતી બા ની આંખો ચમકી ઉઠી. ચહેરા પર ખુશીની લહેર ફરી વળી હમણાં જ આવેલ લાકડીના સહારે ચાલતા વૃધ્ધે છેલ્લી હરોળમાં સ્થાન ગ્રહણ કરી મંચ તરફ હાથ ઉંચો કરી શુભેચ્છા પાઠવી.

બા એ સંહિતાને બોલાવી કઈક કહ્યું. ઉદ્ઘોષકે આભાર દર્શન માટે કાકાશ્રીનું નામ ઉચ્ચાર્યુ સંહિતાએ માઈક પાસે પહોંચી જઈ કહ્યું 'આભાર દર્શન પછીથી મારે કંઈક કહેવું છે.' એણે શરૂઆત કરી 'ઉપસ્થિત સહુ વડીલો, ભાઈ-બહેનો, કુટુંબીજનો આ પ્રસંગે અહીં એવી એક વ્યક્તિ મોજુદ છે જેમણે બા ને સમયસર મદદ કરી જીવનદાન ન આપ્યું હોત તો આ કાર્યક્રમ ન હોત !'

'વર્ષો પહેલાં કોલેજના સીમલા પ્રવાસમાં બા સાથે પ્રોફેસર આનંદ શર્મા પણ હતા. બા એક શીલા પરથી ગબડી પડયા માથામાં વાગતાં બેહોશ થઈ ગયા. હોસ્પિટલમાં દાખલ કર્યા. ડોકટરે કહ્યું તાત્કાલીક લોહી મળે તો આ ઓપરેશન થઈ શકે, નહીં તો જીવનું જોખમ છે. પ્રો. આનંદ શર્મા એ લોહી આપ્યું અને બા બચી ગયા. એ આનંદ શર્મા હમણાં જ ઉપસ્થિત થયા છે. અમારી આજની ભાષામાં કહું તો બા ના બોયફ્રેન્ડ ને અહિ બોલાવીએ.'

લાકડીના ટેકે ચાલતા લઘર વઘરે વેશ વાળા મુફલીસ લાગતા વૃધ્ધ આનંદ શર્માને બંને હાથે પકડી સુષ્મા બાના પૌત્રો મંચ પર લાવતા હતા ત્યારે ઉપસ્થિત બધાં જ ઉભા થયા અને સતત તાળીઓથી ક્યાંય સુધી હોલ ગુંજતો રહ્યો.

***

૨૬. મસ્ટર

સંસ્કાર વિધાલયના સ્ટાફરૂમમાં એજ ચર્ચા ચાલતી હતી કે હવે શું ? નવા આચાર્યા જયા ચૌહાણ આજે આવે છે એ બહુજ કડક છે. બધાએ સમય પાલન અને સારું શિક્ષણ કાર્ય પણ નિયત સમયમાં કરવું પડશે.

જયા ચૌહાણે દસ દિવસમાં પરચો બતાવ્યો. સ્ટાફ મીટીંગ કરી શિસ્તથી માંડી શિક્ષણકાર્ય માટેના નિયમો લખી સહુ શિક્ષકો પાસે સહી કરાવી કહ્યું, 'તમે વાંચી સમજીને સહી કરી છે એટલે કંઈ કહેતી નથી પણ હવેથી ૧૦:૩૦ પછી મસ્ટર મારી પાસે મારી ઓફિસમાં રહેશે. મોડા આવનારે મારી ઓફિસમાં આવવું પડશે.'

તુષાર જાની આજે મોડો પડયો હતો કલાસ રૂમમાં શિક્ષણકાર્ય ચાલુ થઈ ગયું હતું એ ડરતો ડરતો આચાર્યા બહેનની ઓફિસમાં દાખલ થયો. 'કેમ જાની મોડા પડયા?',

જવાબમાં તુષારની આંખો વરસી પડી જયાબહેને કહ્યું 'ગભરાવ નહી શું થયું ? સાચી વાત મને જણાવો.'

તુષારે કહ્યું 'બહેન મારા માતુશ્રીને વર્ષોથી લકવા છે. હું અપરણિત છું. નાના ભાઈ–બહેનની જવાબદારી છે. જાતે જમવાનું બનાવી ભાઈ–બહેનને શાળા, કોલેજે મોક્લી પછી આવું છું. આજે બાની તબીયત પણ...' એની આંખમાં ફરી આંસુ ધસી આવ્યા.

રિશેષમાં જયાબહેને જાહેરાત કરી 'હવે મસ્ટર મારી ઓફિસમાં નહી પણ સ્ટાફરૂમમાં જ રહેશે. કાયદા વ્યહારૂ હોવા જોઈએ.'

૨૭. સુકુ ફૂલ લીલી સુગંધ

શ્રેયાંસે ભારે હૈયે ગાડીમાંથી ઉતરી વતનની ધરતી પર પગ મૂકયો. ગાડી જોઈ આસપાસના ભેગા થયેલા લોકોએ તાળું ખોલવામાં મદદ કરી. કેટલાકે ધૂળ ઝાપટી કાઢી. કોઈક પાણી લઈ આવ્યું. ચંપા માસી અને નથુકાકાને બાદ કરતાં બધા જ અપરિચિત હતા.

અભ્યાસ પત્યા પછી સરકારી નોકરીમાં ભારતભરના ભ્રમણને કારણે સમય જ નહોતો મળતો. દસ વર્ષ પછી વતનના ધૂળીયા ગામમાં પૂર્વજોની સ્મૃતિરૂપ એ ખખડધજ ઘરમાં પ્રવેશતાં સ્મૃતિઓ ઘેરી વળી.

સૌ વીખરાયા પછી એની નજર પરસાળની ભીંતના મોટા ગોખલા પર પડી. કોલેજ કાળના પુસ્તકોનો ખડકલો હતો. અનાયાસે ઉપરનું પુસ્તક ઉઠાવ્યું. પન્નાલાલ પટેલની નવલકથા 'મળેલાજીવ' હાથમાં હતી. ખોલતાં જ વચ્ચેના પાના પર સુકાયેલા ગુલાબની પાંખડી નજરે પડી.

એને યાદ આવી ગઈ સ્નેહા, જે ક્યારેક પ્રિયતમા હતી. એણેજ આપેલ ગુલાબ સુકાઈ પાંખડીઓ થઈ વીખરાઈ ગયું હતું.

બે-ત્રણ કલાક પછી સુખ દુઃખના સંભારણા વાગોળતો એ બહાર નીકળ્યો. બેગ ગાડીમાં મૂકી. ચાવી નથુકાકાને આપી કહ્યું હું જોવા આવીશ કોઈકવાર. પણ કાકા મારું એક કામ કરવાનું છે. મને સ્નેહાનું સરનામું લાવી આપો. કાકાએ કહ્યું, 'એને તો મરજી વિરૂધ્દ્ધ પરણાવી પછી વરસ દિવસમાં જ એનો પતિ ગુજરી ગયો. ભાઈ તો હતો જ નહીં. મા–બાપ ગુજરી ગયા. એકલી જ ગામમાં રહે છે. લોકોનાં ઘરના કામ કરે છે.

એ ભારે હૈયે સ્નેહાના ઘર તરફ જવા નીકળ્યો. કોઈકે કહ્યું, 'સરપંચને ત્યાં ગઈ છે. આવતી જ હશે.' ત્યાં સ્નેહા આવતી દેખાઈ. કુશકાયા, સફેદ સાડી, વીખરાયેલા વાળ, સુક્કો ચહેરો, શ્રેયાંશ એક નિઃશ્વાસ નાંખી તાકી રહ્યો.

વર્ષો પછી મળેલ બંને પ્રેમી સ્થળ કાળનું ભાન ભૂલી ગયા. શ્રેયાંસે સ્નેહાનો હાથ પકડી દબાવ્યો. સજળ નયને કહ્યું, 'ક્યાં હતી! અત્યાર સુધી ! સાવ આવી થઈ ગઈ ! સ્નેહા, તારે મારી સાથે આવવાનું છે. ગાડીમાં બેસી જા. કંઈ જ લેવાનું નથી.' સ્નેહાએ કહ્યું, 'પણ તારો સંસાર. ભાભી, બાળકો.' એણે હસતાં હસતાં કહ્યું, 'અહિ પરણવાની ફુરસદ જ કોને મળી છે ?'

થોડીવાર પછી હાઈવે પર ગાડી દોડતી હતી. શ્રેયાંસ ગાડી ચલાવતો હતો. બાજુમાં સ્નેહા બેઠી હતી. ગીત સંભળાતું હતું.

પ્યાર દિવાના હોતા હૈ, મસ્તાના હોતા હૈ.

***

૨૮. મેરે દેશ કી ધરતી

શરદ અને સીમા ખુબ સુખી હતાં. શરદને સારી કંપનીમાં નોકરી હતી. નવું શહેર, સારી નોકરી, શરુઆતનું મધુર દાંપત્યજીવન. દિવસો સુખમાં પસાર થતા હતા. વળી એક સુખદ સમાચાર મળ્યા. સાંજે ગીતા મહેતાના કલીનીક પર ગયા ત્યારે સીમાને તપાસી ડોકટરે કહ્યું, 'સીમા બહેન! તમે મા બનવાના છો. કોન્ગ્રેચ્યુલેશન !'

કોઈનુંયે સુખ કાયમ ક્યાં ટકે છે ? શરદની કંપની બંધ થઈ ગઈ. છૂટો થયો. ગામમાં થોડીક જમીન હતી તે મોટાભાઈ સંભાળતા હતા. માતા-પિતા પણ રોજ સવારે ઊઠી ખેતરમાં જઈ કામ કરતા હતા.

શરદે કહ્યું, 'સીમા આપણે ગામ જઈએ હવે અહીં રહેવાનો અર્થ નથી. હું ખેતીમાં મદદ કરીશ. તું ઘરકામ કરજે પણ હમણાં કોઈને જણાવતી નહી કે મારી નોકરી છૂટી ગઈ છે.'

શરદ સીમા ગામમાં આવ્યા, 'બાપુ ! હમણાં મોટાભાઈને ખેતીમાં ઝાઝું કામ રહે છે આથી પંદર દિવસની રજા લઈને આવ્યો છું.' શરદે કહ્યું. સૌ ખુશ થયા.

બીજે દિવસે સવારે સીમા રોટલા કરતી હતી અને શરદ હળ જોડતો હતો ત્યારે 'ચિત્રમાલા' કાર્યક્રમમાં ટી.વી. પર ગીત સંભળાતુ હતું 'મેરે દેશ કી ધરતી....'

***

૨૯. શુચીતા

ગોર મહારાજની બૂમ સંભળાઈ 'હવે મોશાળું વધાવી લો.' લગ્નગીતોની રમઝટ વચ્ચે બેન્ડવાળાએ શરુ કર્યું, 'હમસફર.....મેરે હમસફર....'

મોસાળીયાઓએ છાબો ગોઠવી. કોલાહલમાં ગોર મહારાજનો અવાજ દબાઈ ગયો.

અચાનક ગીતો - બેન્ડવાજા બધુ બંધ થઈ ગયું. માંડવામાંથી કેટલાક ઉઠીને જતા રહ્યા. એક અજીબ શાંતિ પથરાઈ ગઈ.

બનાવ જ એવો બની ગયો. જેના લગ્ન હતાં એ માનસી એના પ્રેમી સાથે ભાગી ગઈ હતી હવે શું ?

કુટુંબ પર આભ તૂટી પડ્યું. પાદરમાં જાન આવી ગઈ હતી. વાત વણસે તે પહેલાં કોઈક ઠરેલ આગેવાન વ્યક્તિએ કહ્યું માનસીની નાની બહેન શુચીતા ને પરણાવી દો.

શુચીતાને આંસુભરી આંખે માતા-પિતાએ કહ્યું, 'બેટા ! હવે તુંજ આ ઘરની આબરુ સાચવી શકે એમ છે. જીજાજી થવાના હતા એમને પતિ માનીને પરણી જા.'

શુચીતાએ માતા-પિતાને કહ્યું 'આંસુ લુછી નાંખો. તૈયારી કરો. હું તૈયાર છું. શિક્ષીત નવયુવાન વરરાજાએ માતા-પિતાને સમજાવી લગ્નની હા પાડી.'

લગ્ન સમારંભ પૂરો થયો. શુચીતા શ્વસુરગૃહે ગઈ. કુટુંબની ખુબ પ્રગતી થઈ. આજે તો આ વાતને અધધધ વર્ષો થઈ ગયા.

શુચીતા પોતાના પૌત્ર-પૌત્રીઓને જૂની વાતો કહેતાં આજે પણ રોમાંચિત થઈ ઉઠે છે.

***

૩૦. પહેલો વરસાદ

આજે શાળાનું પ્રથમ સત્ર શરુ થયું. ધો.૨માં અભ્યાસ કરતો ચિંતન સવારથી જ પ્રસન્ન હતો. વેકેશન પછીનો પ્રથમ દિવસ હોવાથી દફતર વ્યવસ્થિત કરી મા એ કહ્યું, ‘તું ફળીયાવાળા રમેશ સાથે જજે. મારે મજુરીએ જવાનું છે. અત્યારે એક રૂપીયાના ચણા લઈ આવ. એ ખાઈને જજે. સાંજે જમવાનું બનાવીશ'.

રમેશ સાથે વાતો કરતા હસતા રમતાં ચિંતન શાળાએ પહોંચ્યો. મોટી રીશેષ પછી કડાકા-ભડાકા સાથે વિજળી થઈ. ઠંડો પવન ફૂંકાયો. ઓચિંતો વરસાદ તૂટી પડ્યો. શિક્ષક ગુજરાતી ભણાવવાનું શરુ કરે તે પહેલાં તો શાળા વર્ગખંડ વાછંટથી ભીનો થયો. આચાર્યશ્રી એ શિક્ષકોને કહ્યું, ‘ગૃહકાર્ય સોંપી બાળકોને રજા આપી દો.

શિક્ષકે કહ્યું, 'પહેલો વરસાદ' એ વિશે પાંચ વાક્ય લખી લાવજો ! ચિંતન શાળાએથી આવ્યો ત્યારે ઘરમાં બધુ અસ્ત વ્યસ્ત હતું. કપડા ભીના હતા. બળતણ ભીનું હતું. ચૂલો ભાંગી ગયો હતો. દળણું દળાયું ન હતું. એણે નિબંધની નોટમાં લખ્યું, ‘પહેલો વરસાદ પડે ત્યારે ખાવાનું મળતું નથી'.

***

૩૧. પલંગ

ગામના મધ્યવમર્ગીય કુટુંબના આંગણામાં ભંગારનો વેપારી ઊભો હતો. ઘરમાંથી નકામી વસ્તુઓ બહાર નીકળતી હતી. અનન્ય અને આસ્થા ઘરમાંથી જૂનો સામાન લાવી મૂકતા હતા. નવ યુગલ ખુશ હતું. એમને મન જાણે આ ગમતી પ્રવૃત્તિ હતી. આસ્થા વારંવાર કહેતી, 'હવે આ નકામો સંઘરો કાઢી નાખવો છે. ભંગારવાળાને આપી દઈએ તો ઘરમાંથી ભીડ મટે અને પૈસા આવે.' સુધા બહેને એક-બે વાર વિરોધ કરેલો પણ એમનું કોણ સાંભળે ? આજે રવિવારની રજા હતી અને ભંગારવાળો આવ્યો હતો.

યુવાન દીકરો વહુ ઉત્સાહિત હતા ત્યારે સુધાબેન નિરાશ હતા. કંઈ કેટલીયે સ્મૃતિઓથી એ ઘેરાયેલા હતા.

લગભગ બધો જૂનો સામાન નીકળી ગયો. છેલ્લે પાછલી પરસાળે કાટ ખવાયેલી પટ્ટીઓ વાળો જૂનો પલંગ બહાર લઈ જવા માટે પતી-પત્ની આવ્યાં ત્યારે જોરથી ચીત્કારી સુધાએ કહ્યું, 'નહીં એ પલંગ નથી આપવાનો' અનન્ય વહુના કહેવાથી મક્કમ હતો.

જ્યારે દીકરો વહુ પલંગ બહાર કાઢતા હતા ત્યારે સુધાબેન પતિના ફોટા આગળ હાથ જોડી આંસુ લુછતા હતા અને પલંગ સાથે જોડાયેલ મધુર સ્મૃતિ વાગોળતા હતા.

***

૩૨. ચંચળબા

આજ સવારથી જ ચંચળબાને અસુખ જેવું લાગતું હતું. ઘૂંટણમાં વા તો ઘણા વર્ષોથી છે. માંડ દસ ડગલાં ચલાય છે. કેટલાય સમયથી એ એમનું ઘર છોડી કયાંય ગયા નથી. આજે ઢોલ-શરણાઈનો અવાજ સાંભળી આંગણામાં જઈ જોવાનું મન થયું. પણ હિંમત ન ચાલી. એટલામાં ફળિયાને નાકે રહેતી મીનાએ આવી કહ્યું, 'ચંચળબા ! રતનના છોકરાનું લગન છે. તમારે તો નોતરું નહી હોય ?' ચંચળબાને નજીવી વાતે રતન સાથે થયેલી તકરાર યાદ આવી ગઈ.

રતનના છોકરાએ એમના જીવણને વગર વાંકે માર્યો હતો ત્યારે એમણે ઠપકો આપતાં એ લાજવાને બદલે ગાજી હતી. દસ વર્ષ પહેલાની વાત મીના એ કહ્યું, 'એના મનીયા માટે નવા વરવાઘા (કપડાં)નો વેત નથી. પશાભાઈ એના ગોવિંદના કપડાં આપવાના હતા પણ ગઈકાલે સીમમાં પશાભાઈને અને એના ધણીને તકરાર થઈ આથી પશાભાઈ હવે કપડાં શાના આપે ! આજે ઢોલકાં વગાડે છે પણ કાલે છોકરો શું પહેરીને પૈણવા જશે ?' ચંચળબાએ કહ્યું, 'તું ઘડી બેસ.'

એમણે લાકડીના ટેકે ઊભા થઈ અંદરના ઓરડામાં જઈ પેટી ઉઘાડી એમના જીવણના લગ્ન માટે સીવડાવેલા કપડાં આપતાં કહ્યું, 'લે એને આપજે હવે મારે તો...' ચંચળબાનો અવાજ ભીનો થયો. આંખો છલકાઈ ગઈ. મીનાએ કહ્યું, 'તમે કેટલા સારા છો. તમારા જીવણની સગાઈ તોડાવનારનું ભલું નહીં થાય.'

૩૩. ધાવ – મા

વસુધાએ દીકરો જણ્યો. સર્વત્ર આનંદ છવાઈ ગયો. નાના ગામના જમીનદારને ત્યાં પુત્ર જન્મનો ઉત્સવ આખા ગામનો ઉત્સવ થઈ રહ્યો.

મહિનો થવા આવ્યો. હવે તંદુરસ્ત બાળક હાથ–પગ હલાવે છે. આંખો ઠેરવે છે. એને જોઈને સહુ રાજી થાય છે. પણ થોડા દિવસથી એક ચિંતા ઊભી થઈ છે. વસુધાને ધાવણ આવતું નથી.જાત-જાતના ઉપાયો કર્યા પણ કારગત ન નીવડયા. બકરીનું દૂધ અનુકૂળ ન આવ્યું. ઘરના વડીલોએ નક્કી કર્યું કે કોઈ ધાવ-માં શોધી કાઢીએ. એ દિવસમાં બે-ત્રણ વાર કુંવરને સ્તનપાન કરાવી જાય એને આપણે વળતર આપીશું.

આ કામ મુખ્ય નોકર સોમાને સોંપાયું. સોમો ગામમાં આંટો મારી પાછો ફરતો હતો. તપાસ કરવા છતાં ગામમાં એવી કોઈ માતા ન મળી જે માલિકના દીકરાની ભૂખ ભાંગે. એ વિચાર મગ્ન ચાલતો હતો ત્યાં જમીનદારના ખેતરમાં ઘણીવાર મજુરીએ આવતો નાથુ હાથમાં દિવેલીના પાન લઈને આવતો જણાયો. એ ઉભો રહ્યો. નાથુ ભેગો થતાં પૂછયું, "આ દિવેલીના પાન કેમ લઈ જાય છે ?" એણે હસતાં-હસતાં કહ્યું, "તને ખબર છે ને મારે ત્યાં દોઢેક મહિનાનો છોકરો છે. તારી ભાભીને ધાવણ સમતું નથી. દા'ડામાં બે-ત્રણ વાર કાપડું ભીંજાઈ જાય છે. કોઈકે કીધું દિવેલીના પાન ગરમ કરી બાંધે તો ધાવણ સમે."

સોમાની આંખો હસી ઉઠી પણ...

સોમાએ હવેલીએ આવીને નાથુની વહુની વાત કરી. સૌએ કહ્યું, 'એ આપણે શા ખપનું?' ને ત્યાં વસુધા ઉભી થઈ બરાડી, 'મારા દીકરાને મરવા દેવો છે ? હું એવા કશામાં માનતી નથી. શું એ મા નથી ?'

બીજે દિવસે સવારમાં નાથુની વહુ રૂખી વસુધાના દીકરાને માથે હેતાળ હાથ ફેરવી ધવડાવતી હતી ત્યારે એને લાગતું હતું કે સેંકડો વર્ષોની પીડા જાણે ઓગળી રહી છે.

***

૩૪. સેક્રેટરી

ગરીબ ઘરનો ચંદુ માંડ માંડ ભણ્યો. પણ ગ્રેજ્યુએટ થાય તે પહેલાં તો પિતાનું અવસાન થયું. આથી ઘરની જવાબદારીના કારણે ભણતર અધૂરું છોડી નોકરીએ લાગી જવું પડયું. એમાં મા ની માંદગી આવી. ઘરની કંગાળ સ્થિતિ. દવા કરાવવાના પૈસા નહોતા. મોટી બહેન અને નાના ભાઈનીયે જવાબદારી શું કરવું ? એને એની સહાધ્યાયી વિભા-વિભાવરી દેશાઈની યાદ આવી. માલેતુજાર – શહેરના ધનાઢય સમીર શેઠનીએ એકમાત્ર પુત્રી. કોલેજ કાળની મિત્ર વિભાએ ઘણીવાર કહેલું, 'કંઈ પણ જરૂર પડે તો મારે ત્યાં આવજે. મારા પપ્પા મારો બોલ નહીં ઉથાપે. ભગવાનની દયાથી અમે પૈસે ટકે ખૂબ સુખી છીએ.' એ સમીર શેઠના બંગલે ગયો. વિભા નહોતી. એણે શેઠને એનો પરિચય આપી થોડાક પૈસા ઉછીના માંગ્યા. સમીર શેઠે એને ધુત્કારી કાઢી કહ્યું, 'તારી અહીં આવવાની હિંમત કેવી રીતે થઈ ?' એ નતમસ્તકે નીકળી ગયો.

આજે માતુશ્રીની અગિયારમી પુણ્યતિથિએ ઓફિસમાં એમના ફોટા આગળ ધૂપસળી પ્રગટાવતાં ચંદ્રકાંત રાજગોરને આ પ્રસંગ યાદ આવી ગયો. એણે ખૂબ સંઘર્ષ કર્યો. નસીબે યારી આપી અને બે ફેકટરીનો માલિક–કરોડપતિ થયો એ બધું જ યાદ આવી ગયું.

ફોન રણક્યો. પી.એ. નો અવાજ સંભળાયો. 'સાહેબ, કોઈક બહેન આપને મળવા માંગે છે. સુરતના છે.' વતનના વિસ્તારના શહેરનું નામ સાંભળી તરત કહ્યું, 'આવવા દો.'

તદ્દન સાદા વસ્ત્રોમાં એક સ્ત્રી પ્રવેશે છે. બંને એકબીજાને જોઈ ચમકી જાય છે. ચંદ્રકાંત કહે છે, 'અરે, વિભા તું ? તમે ?'

વિભાએ કહ્યું, 'મારો સમય ખરાબ છે. છાપામાં જાહેરાત વાંચી નોકરી મેળવવા આવી છું. મને ખબર નહોતી આ તમારી ફેક્ટરી છે.'

ચંદ્રકાંતે કોફી મંગાવી. પી.એ. ને બોલાવી કહ્યું, 'એમને મારા સેક્રેટરીની જગ્યા માટેનો નિમણુંક પત્ર આપી દો.'

***

૩૫. સ્નેહ

કેટલા બધા વર્ષો થઈ ગયા નેહાનો મળ્યે !

ત્યારે તો એ એકવીસ વર્ષની. રંગપુર ગામની શાળામાં મારા પ્રથમ દિવસે એની મુલાકાત થયેલી ત્યારે - કોઈક વિદ્યાર્થીની વાલી એને ધારેલી. પછીથી ખબર પડી કે એ સોહામણી યૌવના મારી સહ કાર્યકર છે.

વર્ષો વીતતા ગયા. પ્રતિવર્ષ નવો કલાસ રૂમ, નવા રજીસ્ટર, નવા મસ્ટર, નવા વિદ્યાર્થીઓ, કયારેક નવા આચાર્ય, પાંચ વર્ષે નવા સરપંચ, ગામનું રાજકારણ, નવા કેળવણી નિરીક્ષકો, શિક્ષણના નવા પ્રવાહો, વાર્ષિક નિરીક્ષણ, વહીવટી કામગીરી બધાથી જ ટેવાઈ ગયો હું. અણધારી આફતોયે આવી, દુઃખદ બનાવોયે બન્યા, શાળામાં અને જીવનમાં પણ, છતાંયે એકંદરે આનંદપૂર્ણ વર્ષો પસાર થયા. નેહા સાથે હતી. હું એકાંતમાં એને સ્નેહા કહેતો.

ગામમાંજ એનું ઘર, સંયુક્ત કુટુંબ, શાળા સમય બાદ કરતાં ઘરની તમામ જવાબદારી. બધા મળી દસબાર સભ્યો થાકી જાય. કયારેક શાળામાંજ નિંદર આવી જાય.

એકવાર એણે કહ્યું; 'મારે ત્યાં આવશો કોફી પીવા' હું ગયો. જૂના ઘરમાં વચ્ચેના ઓરડામાં બાજૂપર ટાંકીવાળો સ્ટવ ધમધમી ઉઠ્યો. કોફી પીવાઈ ગઈ એનો સ્નેહ પણ આકંઠ પીધો.

આજે સુંદર બંગલાના વિશાળ બેઠકરૂમમાં પ્રપૌત્ર અને પ્રપૌત્રીઓ સાથેની રમત અળગી કરી કિચનના પ્લેટફોર્મ પરથી કોફીનો કપ લાવી મારી સામે એ ઉભી છે. શ્વેત કેશધારી,

શ્વેતવસના, પોણી સદી વીતાવી ગયેલ જાજરમાન વિધવા. યુવાન પૌત્રી એના બાળકને લઈ પસાર થાય છે એના ઝાંઝરનો રવ વાતાવરણને તરંગિત કરે છે. એ તરંગોમાંથી અવાજો પડઘાય છે સ્નેહા... સ્નેહા... સ્નેહા.. સ્થળ કાળના કોઈક જુદાજ પરિવેષમાં હું ફંગોળાયો હતો.

***

૩૬. મોટી બહેન

સુહાગ મધ્યમવર્ગનો યુવાન, સામાન્ય નોકરી પણ શેરબજારના અઠંગ ખેલાડી પ્રત્યુષનો રંગ લાગ્યો અને શેર લે-વેચમાં ઝંપલાવ્યું. નસીબ આડેનું પાંદડુ ખસી ગયું.

પછી તો નોકરી છોડી દીધી. મહિને પંદર હજારનો પગાર મેળવતા સુહાગ પટેલ હવે લાખોમાં રમતા થયા. પારિજાત સોસાયટીમાં ભવ્ય બંગલામાં રહેવા ગયા. પછી તો મોભા પ્રમાણે જીવનશૈલી બદલાઈ.

ઘરમાં હવે રીયાને કંઈ કરવાનું નહોતું કામવાળી સરલા સવારથીજ આવી જતી. એ બધુંજ કામ કરતી. સફાઈ, કચરા-પોતા, કપડાં ધોવાના વળી, શાકભાજી લાવવાં, સમારી આપવાં, બગીચામાં ફૂલછોડને પાણી પાવાનું સાત વાગ્યે મોડીસાંજે એ જતી. ટૂંક સમયમાંજ રીયા સાથે એ અંગત સ્વજનની જેમ ભળી ગઈ હતી. પણ સુહાગને આ કંઠતું. સવારે ૯-૦૦ સુધી અને બપોરે ૨-૦૦ થી ૪-૦૦ દરમીયાન એ ઘરે હોય ત્યારે સરલા સાથેનો રીયાનો વધારે પડતો આત્મીયભાવ એ જોતો ને નારાજ થતો.

સુહાગે રીયાને કહ્યું, 'એ આપણી કામવાળી છે એની સાથે યોગ્ય અંતર રાખ. આવા માણસો સાથે આટલી નિકટતા ન કેળવાય. એણે પણ મર્યાદામાં રહેવું જોઈએ. એ ન રહેતો કંઈ નહી પણ હવેથી તું મર્યાદામાં રહેજે.'

છતાંયે રીયાની વર્તણૂંકમાં કંઈ ફેર ન પડ્યો. લગ્નજીવનના પાંચ વર્ષ પછીયે સંતાન ન થતાં સરલાની બેબી મીતા પર એનું વહાલ વરસવા માંડ્યું. વિધવા સરલાની પાંચ વર્ષની મીતા એને

ખુબ ગમતી. સુહાગની ના છતાં એ સરલા અને મીતાને પ્રેમ કરતી રહી. સમય પસાર થતો રહ્યો.

એક દિવસ માઠા સમાચાર આવ્યા. સુહાગનું કાર અકસ્માતમાં અવસાન થયું. ઘર પર જાણે વીજળી પડી. રીયા ભાંગી પડી. થોડાક દિવસો પછી સહુ સ્વજનો પણ આશ્વાસન આપી વિદાય થયા. સરલા એની દીકરી સાથે એ દિવસે ત્યાંજ સૂઈ ગઈ.

પછી તો... આજે સરલાની દીકરી યુનિ.માં પ્રથમ વર્ગમાં પ્રથમ ક્રમાંકે ઉત્તિર્ણ થઈ છે એથી સોસાયટીમાં નાનકડો અભિનંદન સમારોહ યોજાયો છે. સરલા છેલ્લા પંદર વર્ષથી રીયાને ત્યાંજ રહે છે. હવે એ કામવાળી નથી. રીયાની મોટી બહેન છે.

***

૩૭. વિશ્વ ચકલી દિવસ

શારદાએ વહેલા ઉઠી વાસીદુ કર્યું. સંજવારી કાઢી. પછી ગાયનું દૂધ કાઢ્યું. નાહી-ધોઈ પરવારી ત્યાં કરશન પણ ખેતર જવા તૈયાર થયો. શારદાએ કરસનને શિરામણ કરાવ્યું. એ ખેતરે વિદાય થયો ત્યાં તો રાશવા દિવસ ચડી ગયો.

ઘડીક પોરો ખાઈ વાસણ માંજવા જતી હતી ત્યાં બે વર્ષનો નાનકો ઉઠ્યો. ઉઠતાંવેંત શારદાને ન જોતાં રડવા લાગ્યો. એણે ઝડપથી આવી નાનકાને ગોદમાં લઈ વ્હાલ કર્યું.

નાનકાને નવડાવી સુવાડ્યો પછી બાકીનું કામ આટોપવા પ્રવૃત્ત થઈ. કપડાં વાસણ કરી રસોઈ તૈયાર કરી. ત્યાં ઘડીયાળમાં ૧૨ના ટકોરા પડ્યા. નાનકો ઉઠી જતાં એને રમાડતાં આગળની પરસાળમાં બેસી કરસનની રાહ જોવા લાગી.

નાનકાને રમવા જૂના પાવર અને રમકડાં મૂક્યા. કંઈક યાદ આવતાં ઘરમાં જઈ થોડા મમરા લઈ આવી દીકરા આગળ ઢગલી કરી. નાનકો મમરા ખાતાં રમવા લાગ્યો.

શારદા રસોડાનું બારણું બંધ કરવા ગઈ ત્યારે નાનકો હર્ષથી કિલકારી પાડવા લાગ્યો. એણે આગળ આવી જોયું તો બે ચાર ચકલી. ચકલી ઉડી ન જાય આથી ઉભી રહી.

ત્યાં પાછલે બારણેથી કરશન આવ્યો. હાથ ઉગામી ચકલીઓને ઉડાવી મૂકી કહેવા લાગ્યો, 'શારદા તને કેટલીવાર કહ્યું છે કુતરાં, બિલાડાં, કબૂતર કે ચકલીઓને પરકાવ નહી. ચકલીઓ બાપુજીના ફોટા પાછળ માળો કરી કેટલો કચરો પાડે છે'.

એ સમયેજ નજીકના શહેરની કોઈ કલબના યુવાન ભાઈ-બહેનો ચકલીઘર આપવા આવ્યા. આજે 'વિશ્વ ચકલી દિવસ' હતો.

***

૩૮. ગાય વેચવાની નથી

આજ કેટલાયે દિવસથી સવિતામાને અસુખ છે. ગળામાં બળતરા થાય છે. ખવાતુંયે નથી. આવી પડેલા દુઃખમાંયે એ મન મનાવે છે. ઘડપણ આવે એટલે આવું બધુ તો થયા કરે.

હવે એ સીમમાં જતા નથી. ઓસરીના ખૂણે ઢાળેલા ખાટલે પડ્યા રહે. નીંદર ન આવે ને ભૂતકાળ યાદ આવે એ મરકી ઉઠે. તેર વરસની સવલીના લગ્ન ભગા સાથે થયા. કેટલા વરસ થયા ! આમ બે ચોપડી ભણેલા પણ ગણિત પાકુ. ગણતરી માંડે આ ઘર આવ્યે પચાસની ઉપર બે વરસ થયા પંદર વરસ સંસાર ભોગવ્યોને રવજીના બાપુ મોટે ગામતરે ઉપડી ગયા ત્યારે તો રવજી બાર તેર વરહનો. પછી તો જુવાનીમાંજ ઘરની જવાબદારી માથે પડતાં કાળી મજુરી કરીનેયે રવજીને સાત ચોપડી ભણાવ્યોને પરણાવ્યોયે ખરો. હવે તો રવજીના છોકરાયે મજુરીએ જતા થઇ ગયા. વહુ પણ સારી છે હવે કંઇ ચિંતા નથી પણ આ ગળાનું દુઃખ.

કેટલી ના પાડી તોયે ભગોને જશી આજે શહેરના મોટા દવાખાને લઇ ગયા. કોણ જાણે શું કીધું દાકતરે

સાંજ થવા આવી. થોડું દૂધ પીધું. ખવાય છે ક્યાં ? ભગો ને જશી કયાંય સુધી એમની પાસે બેસી રહ્યા. અલકમલકની કેટલીયે વાતો કરી. રાતના દસ વાગવા આવ્યા પછી સવિતાએ કહ્યું, ‘બેટા હવે સુઇ જાવ. મારીયે આંખો ઢળે છે.’ એમને ઉંઘ જ કયાં આવે છે પણ આમ ન કહે તો એ ધણી ધણીયાણી ઉઠે નહી.

મોડી રાતે ધણી ધણીયાણી વાત કરતા હોય એમ લાગ્યું. એ સફાળા જાગી ઉઠ્યા જશી પૂછતી હતી, ‘હવે પૈસા કયાંથી

લાવશું ? આટલા બધા રૂપીયા કોણ આપે ?' ભગાએ કહ્યું, 'તું ચિંતા ન કર, આમ કંઈ માને મરવા દેવાય ! ને હવે તો કેન્સર પણ સારી સારવાર કરાવીએ તો મટી જાય છે. મેં સાંજે ઢોર દલાલને વાત કરી છે. આપણી બે ગાયોના નેવું હજાર બતાવ્યા. થોડી રકઝક પછી એંસીમાં સોદો પાકો કરીને આવ્યો છું. કાલે પૈસા આપીને એ ગાયો છોડી જશે. પરમ દહાડે માને અમદાવાદ લઈ જઈશું હવે સવારે વાત !'

સવિતાએ આ વાત સાંભળી પછી તો નીંદર શું આવે ?

બીજે દિવસે બપોરે દેવથી પટેલ ગાય જોવા આવ્યા ત્યારે ઘરમાં કોઈ નહોતું. સવિતાએ કહ્યું, 'દેવશીભાઈ ગાયો વેચવાની નથી. ગાયો વતી તો અમારું ઘર ચાલે છે બાકી મજુરીમાં તો શું પુરું થાય !'

***

૩૯. સમદુઃખીયા

ઋચા આમ તો બધી વાતે સુખી. કોઈ એમ ન કહી શકે કે એ દુઃખી છે. પતિ દેવાંગ સારી કંપનીમાં પ્રોડક્શન મેનેજર છે. શહેરના પોશ એરીયામાં આધુનિક તમામ સુવિધાથી સજ્જ બંગલો છે. સાત વર્ષનો એક માત્ર પુત્ર શ્લોક ખૂબ સારી હોસ્ટેલમાં રહી મુંબઈમાં ભણે છે. દર મહિને સવા લાખની આવક. વિશાળ બંગલામાં પતિ-પત્ની બે જ. શું દુઃખ ? છતાં નારીની ભીતરની પીડા તો એ જ જાણે. દોમ દોમ સાહ્યબી વચ્ચે પણ એ દુઃખી હતી. દુઃખ એ હતું કે દેવાંગને ડ્રિંક્સની ટેવ હતી. એનોયે વાંધો નહીં. આધુનિક સમાજના મોટા માણસોના આ અનિવાર્ય દુષણથી સ્ત્રી ટેવાઈ જાય છે.

પણ કાલે રાત્રે એ આક્રમક બની ગયો. સુખ માણ્યા પછી નજીવી વાતે ઉશ્કેરાઈ ગયો અને એને માર માર્યો. આવું કંઈ પ્રથમવાર તો નથી થયું. મહિનામાં એક બે વાર રાત્રે શરાબ પીને એ કશાયે કારણ વગર એને ફટકારે છે. '

ગુમસુમ બેઠેલી ઋચાની ઘડિયાળ પર નજર પડી. ૯.૦૦ થવા આવ્યા હતા. દેવાંગને ગયે અડધો કલાક થયો. કામવાળી લખી આવતી હશે. એનાથી કેમ નજર બચાવીશ. હજી પંદર દિવસથી જ એ અહીં આવે છે. જૂની કામવાળી એના વતન જવાથી હવે લખી એને ત્યાં આવે છે. લખી યુવાન અને ચપળ છે. એનું કામ પણ સારું છે. એ આવતાં પહેલાં હાથ–મોં ધોઈ ઉદાસી ખંખેરી નાંખુ એમ વિચારી એ બાથરૂમ જઈ આવી ત્યાં કોલબેલ રણકી ઉઠી. દરવાજો ખોલ્યો તો સામે લખી હતી.

અંદર પ્રવેશતાં જ એ રડવા લાગી. ઋચા એનું દુઃખ ભૂલી ગઈ. સહાનુભૂતિપૂર્વક એની પીઠ પસવારી કહ્યું, 'લખી, રડ નહીં. શું થયું ? મને કહે, તું મારી નાની બહેન જેવી છે. તારું દુઃખ મને કહી શકે છે.' ઋચાએ પાણીનો પ્યાલો આપી કહ્યું, 'પ્રથમ પાણી પી મોઢું ધોઈ નાંખ. પછી કહે.'

થોડીવાર પછી સ્વસ્થ થઈ લખીએ કહ્યું, 'મને મારા ધણીએ ખૂબ મારી. એણે પીઠ પરના ચકામા બતાવ્યા. ઋચાએ પૂછ્યું, 'કારણ શું હતું ?' લખીએ કહ્યું, 'કંઈ નહીં મારી બોન. રાતે દારૂ પી ને ધમાલ કરી. ખોટે ખોટું બહાનું કાઢી મને ઝૂડી નાખી.'

ઋચાએ રડમસ અવાજે કહ્યું, 'લખી મારી બહેન આપણે સમદુઃખીયા છીએ. ફેર એટલો છે કે તારો ધણી દેશી દારૂ પીએ છે ને એ ઈંગ્લશ પીએ છે.

***

૪૦. કંજૂસદાદા

સમીર, સ્નેહા અને શ્રેયસ સુખી હતા. સમીરને નોકરી તો સાધારણ કારકુનની પણ પત્ની ઓછા પગારમાંયે કરકસરથી ચલાવતી. લગ્ન પછી બે વર્ષે પુત્ર શ્રેયસનો જન્મ. સહુ ખુશ હતા. જોત જોતામાં શ્રેયસ પાંચ વર્ષનો થયો.

મુસીબત હવે શરૂ થઈ. મોંઘવારી વધી. ખર્ચ વધ્યો. શ્રેયસને સ્કૂલે મૂક્યો. ઘરમાં વિધુર સસરા શાંતિલાલ માંદા રહે. નિવૃત્ત અધિકારી પણ ઘર ખર્ચ માટે પૈસા આપે નહીં. પેન્શનનું શું કરે છે ખબર ન પડે. શ્રેયસને રમાડે. ફરવા લઈ જાય. કોઈકવાર આઈસ્ક્રીમ કે ચોકલેટ અપાવે પણ ઘરમાં તો કંઈ જ લાવે નહીં. સ્નેહા શ્રેયસને કહે કે કંજૂસદાદા પાસે રમ્યા ન કર. પછી તો શ્રેયસ પણ કંજૂસદાદા કહેતો થઈ ગયો.

આ બાબતે સમીર સાથે ઉગ્ર ચર્ચા થવા માંડી. ચર્ચા પછી ઝઘડા શરૂ થયા અને એકવાર સ્નેહાએ સમીરને કહી દીધું, 'પપ્પાની પાસે બચત છે. પેન્શન આવે છે. ઘરમાં કંઈ જ આપતા નથી. હવે તમે એમને ઘરડાઘરમાં મૂકી આવો. નહીં તો હું શ્રેયસને લઈ મારા પીયર જતી રહીશ. અહિં રહેવું હશે તો પૈસા આપવા પડશે.'

ચીનગારીમાંથી ભડકો થયો. સમીરે ક મને પિતાને ઘરડાઘરમાં મૂકવાનો નિર્ણય કર્યો. એ દિવસ પણ આવી ગયો. શાંતિલાલે સ્વયં સ્વસ્થતાપૂર્વક કહ્યું, 'બેટા ! મને જરાય રંજ નથી. આમેય આ ઘરમાં સંકડાશ પડે છે. ચાલો જઈએ.'

સંચાલકને મળી પિતાને છોડી એ પાછો ફરતો હતો ત્યાં દરવાજા આગળથી અવાજ સંભળાયો, 'બેટા સમીર ! જરા

થોભતો.' શાંતિલાલે ધ્રુજતા હાથે એક કવર આપી કહ્યું, 'ઘેર જઈ આને ખોલજે.' સમીરે ઘેર આવી કવર ખોલી જોયું તો એના નામની એકત્રીસ લાખની ફિક્સ ડીપોઝીટની રસીદો હતી.

***

૪૧. ઓળખ

'શાંતિ' આશ્રમના પ્રાંગણમાં લાઈન લાગી હતી. એક સેવક બધાની ઓળખ મેળવી પ્રવેશ આપતો હતો. અહિ નિરાધાર વૃધ્ધોને રહેવા જમવાની સગવડ આપવામાં આવતી હતી.

મનસુખ દુઃખી હતો પણ વધારે દુઃખી થયો. કારણ બધાની જેમ એની પાસે ઓળખકાર્ડ નહોતું. આધારકાર્ડ વગર અહિં આ આશ્રમમાં પ્રવેશ નહોતો.

૧૨.૦૦ થવા આવ્યા. બધાને પ્રવેશ મળી ગયો. એ નિઃસાસો નાંખી ઉભો થયો. એક સેવકે પૂછયું, 'કેમ જાવ છો ?' મનસુખની આંખમાં ઝળઝળીયા આવી ગયા. ભીના સાદે કહ્યું, 'મારી પાસે ઓળખકાર્ડ નથી.' સેવકે કહ્યું, 'તો તમને અહિં રહેવા નહીં મળે ! નિયમ મુજબ ઓળખકાર્ડ જોઈશે.' વૃધ્ધ લાચાર મનસુખ રડી પડ્યો. એટલામાં સ્વામીજી એ તરફ આવ્યા. વૃધ્ધને રડતો જોઈ પૂછયું, 'શું થયું ?' સેવકે કહ્યું, 'એમની પાસે ઓળખકાર્ડ નથી. એથી આશ્રમમાં રહેવા નહીં મળે એટલે દુઃખી થાય છે.'

સ્વામીજીએ કહ્યું, 'અંદર મોકલો.'

સ્વામીજીની પાછળ મનસુખ ગયો. ચરણસ્પર્શ કરી હાથ જોડી બોલ્યો, 'બાપુ ! મારું કોઈ નથી. હવે હું ક્યાં...' આગળ ન બોલી શક્યો.

સ્વામીજીએ કહ્યું, 'તમે માણસ છો એ જ મોટી ઓળખ છે. સુખેથી આશ્રમમાં રહો.'

મનસુખને આશ્રમમાં રહેવા મળી ગયું.

૪૨. ધનજી

શહેરના રાજમાર્ગ પર આવેલ 'રાજેશ્વરી જવેલર્સ' ની સામેની ફૂટપાથ પર નિયત સ્થાન પર આવી ધનજીએ પેટી ખોલી. બુટ પાલીસનો સામાન કાઢ્યો. બ્રશ, પાલીસની ડબ્બીઓ, રાંપી, સોય-દોરો, ખીલીની ડબ્બી, હથોડી વિગેરે પેટી પર ગોઠવી કંતાન પાથર્યું. અગરબત્તી ચેતાવી સૂરજદાદા તરફ હાથ જોડ્યા. પાલીસ દરમ્યાન ગ્રાહકોને પહેરવાના ચંપલ સામે મૂક્યા. તે પછી લક્ષ્મીનારાયણ મંદિર જઇ આવ્યો..

દીવાલને અઢેલીને બેઠો. આજે સામેની દુકાન પર ઠીક ઠીક ભીડ હતી. દુકાન રંગબેરંગી તોરણોથી શણગારવામાં આવી હતી. સોનાના દાગીનાથી ચળકતું બેનર લટકાવ્યું હતું, એમાં લખ્યું હતું 'ગુરૂ પુષ્યામૃત યોગ- સ્પેશિયલ ડીસ્કાઉન્ટ'.

એ રોજ સવારે ચા અને ગાંઠીયાનો નાસ્તો કરી કામે લાગતો પણ આજે તો એના ખિસ્સામાં એક પણ પૈસો નહોતો. ગઇ કાલની કમાણીના બધા પૈસા તો બા ની દવામાં ખર્ચાઇ ગયા હતા. હવે તો કોઇ ગ્રાહક આવે ને બોણી થાય પછીજ ચા-નાસ્તાનો મેળ પડે.

બહુ રાહ જોવી પડી, એક કાર આવી. યુવાન દંપતી ઉતર્યું. ડ્રાઇવરે ગાડી પાર્ક કરી. યુવાને કહ્યું, 'પાલીસકરી દો'. ધનજી કામે લાગ્યો. વીસ રૂપીયા મળશે અને ચા-નાસ્તો થશે એમ વિચારી ઝડપથી બ્રશ ઘસવા માંડ્યો. એટલામાં એક ભિક્ષુક પણ આવી ચડ્યો, યુવાન સામે હાથ લંબાવી દયામણા સ્વરે કહ્યું, 'સાહેબ બે દિવસથી કંઇ ખાધુનથી'. યુવાને ધ્યાન ન આપ્યું. એણે હાથ જોડ્યા. એની આંખોમાં લાચારી ડોકાતી હતી. નિસ્તેજ ચહેરો અને

શરીર એની વાત સાચી છે એમ માનવા પ્રેરતુ હોવા છતાં ભિક્ષુકની ઉપેક્ષા થતાં પત્ની ખીન્ન થઈ યુવાન તરફ જોવા લાગી. એણે કહ્યું, 'છુટ્ટા નથી'.

પાલીસવાળા ચમકતા બુટ પહેરીએ રાજેશ્વરી જવેલર્સમાં પ્રવેશ્યો ત્યારે ભિક્ષુક ધનજી સાથે ચા ની ચુસકી ભરતાં એના તરફ તાકી રહ્યો. ધનજીએ એની પીઠ પર હાથ મૂકી કહ્યું, 'દોસ્ત ! આ જગત આવુજ છે. પણ તું ચિંતા ન કર, બીજો ઘરાક આવે એટલે આપણે ગાંઠીયા મંગાવીએ છીએ. ઘડીક બેસ !

***

૪૩. એટલે દુઃખી છું

મનોજ અને વિનોદ વચ્ચે ગાઢ મૈત્રી. એકજ ફળીયામાં એમના ઘર. એ સાથે રમ્યા. સાથે ભણ્યા. નજીકના શહેરમાં સાથે કોલેજમાં જઈ ઉચ્ચશિક્ષણ મેળવ્યું બાળપણાની અનેક સોનેરી ક્ષણો એમની નજર સમક્ષથી હટતી નહોતી. સમય પસાર થતાં બંને મિત્રોની મૈત્રી અકબંધ તો રહી પણ છૂટા પડવું પડ્યું. મનોજ નોકરીએ લાગ્યો ગામની શાળામાં શિક્ષક થયો. વિનોદ વ્યાપારી થયો. વિનોદનો ધંધો જામી ગયો. શહેરમાં આલિશાન બંગલામાં રહેવા લાગ્યો. બન્ને મિત્રો પરણી ગયા. સમય પસાર થતો રહ્યો. બન્નેના બાળકો પણ યુવાનીના ઉંબરે આવી ઉભા. હવે બન્ને મિત્રો બહુ ઓછું મળતા હતા. નોકરી, વ્યાપાર, ઘર, કુટુંબ, બાળકોનું શિક્ષણ. સમય જ ક્યાં મળે છે ?

મનોજના પિતાનું અવસાન થયું એક પુત્ર પોલીયોગ્રસ્ત અપંગ જેવો. એણે પુત્રી તૃપ્તીને ભણાવી.. એ ગ્રેજ્યુએટ થઈ. હવે એના માંગા આવવા લાગ્યા. એક સારી જગ્યાએ એના વિવાહ થઈ ગયા. લગ્નોત્સુક યુવતી તૃપ્તી અત્યંત ખુશ છે. ચાર-છ મહિના પછી મનોજ પર વેવાઈનો પત્ર આવ્યો છે. લખે છે; 'તુરંત પંદર દિવસમાંજ દીકરીનું લગ્ન કરી શકો એમ હો તો આ વિવાહ મંજુર બાકી સંબંધ ફોક સમજવો. રૂબરૂ આવી મળશો'.

મનોજને રૂબરૂ મળતાં સમજાયું વેવાઈની વાત ખોટી નહોતી. એમના પિતા ગંભીર બીમારીમાં પટકાયા હતા. પૌત્રને પરણાવવાનું રટણ કરતા હતા. મનોજે વેવાઈને ત્યાંજ દસ દિવસ પછીની લગ્નની તારીખ નક્કી કરી. મિત્ર વિનોદને જાણ કરી. બે ત્રણ દિવસ પછી પણ પૈસાની જોગવાઈ થઈ શકી નહી. એણે ફરીથી વિનોદને જણાવ્યું; 'મારી પાસે થોડી બચત છે પણતું એક

લાખ રૂપિયા આપી શકે તો સારી રીતે તૃપ્તીને પરણાવી શકું વિનોદે બીજે જ દિવસે મનોજને પૈસા આપ્યા. યથા સમયે લગ્નપ્રસંગ ઉજવાઈ ગયો.

ભોજન પછી વિનોદ ઓશરીમાં હિંચકા પર ક્યાંય સુધી બેઠો રહ્યો. ઘણો સમય થતાં પ્રભાએ બહાર આવી જોયું તો વિનોદ ઉંડા વિચારોમાં ખોવાયેલો, ઉદાસ જણાતો હતો. એ આવી એ તરફ પણ એનું ધ્યાન નહોતું એ હિંચકા પરથી ઉઠી બોલવા લાગ્યો. 'મનોજ મનોજ એક લાખ રૂપિયા.'

હવે પ્રભાએ નજીક જઈ કહ્યું; 'વિનોદ ! એક લાખ રૂપિયા આપવા પડ્યા એનું દુઃખ છે ને ? તમે સીફત પૂર્વક બહાનું કાઢી ના પાડી શક્યા હોત. હવે દુઃખી થાવ એનો શો અર્થ છે. આખરે મિત્ર છે આપશે મોડા વહેલાં' વિનોદે કહ્યું, 'પ્રભા ! એ વાત નથી. મને દુઃખ એ વાતનું છે કે મારે એને માંગ્યા વગર જ મદદ કરવાની હતી. એણે મારી પાસે માંગવા પડ્યા ને મેં આપ્યા એટલે દુઃખી છું.'

***

૪૪. હંસાબહેનનું રાજીનામું

ઘણા વરસો પરની વાત. રાણકપુર ગામમાં ત્યારે ૧ થી ૪ ધોરણની સરકારી શાળા. એમાં બે શિક્ષકો. નિવૃત્તિના આરે પહોંચેલા ગણપતરામ ભટ્ટ અને નવા મૂકાયેલા હંસાબહેન પટેલ. ગણપતરામ શાળા સમયના એક કલાક પહેલા આવી જાય. શાળા ખોલી ઘંટ વગાડે. સફાઈ કરાવડાવે. પાણી ભરાવે.

હંસાબહેન નજીકના ગામનાં જમીનદારના દીકરાની વહુ. કુટુંબના વિરોધ છતાં નોકરીમાં દાખલ થયેલાં. મોટું કુટુંબ. પાંચ વર્ષનો દીકરો છતાં સમયસર શાળાએ આવી જાય. એમના પતિ સાયકલ પર મુકી જાય. પહેલા દિવસે ગણપતરામે કહેલું, 'દિકરી તું જરાયે ચિંતા ન કરતી. હું તારા પિતા તુલ્ય છું. હું અહીં છું આથી જરાયે ફીકર ન કરતી. હું બધુંયે સંભાળી લઈશ.'

હંસાબહેન અત્યંત પ્રેમાળ. વાત્સલ્યમૂર્તિ. બાળકોને ખૂબ પ્રેમ કરે. ધો-૧ ના બાળકો એ આવે એટલે એમને જોતાં જ ખુશ થઇ જાય. કેટલાક તો દોડતા જઇ એમનો હાથ પકડી લે. બહેન આવ્યા. બહેન આવ્યા. થઈ રહે.

એ ગમ્મત સાથે જ્ઞાન આપે. ખુરશી પર ન બેસે. બાળકો સાથે એમના જેવા થઈ આંક, બારાખડી, કક્કો શીખવાડે. વાર્તાઓ કહે. સાંજે ૪ કલાકે રમત-ગમત ક્યારેક શાળામાં પાછળ તો ક્યારેક વર્ગમાં ધીંગામસ્તી.

એક દિવસ ઓચિંતા શિક્ષણાધિકારી સાહેબ મુલાકાત માટે આવ્યા. એમણે જોયું તો વર્ગમાં બાળકો તોફાને ચઢ્યા હતા. કોઈક પાટીયા પર લીટા કરી ચિત્રો દોરતા હતા. કોઈક મણકા

ઘોડી ઊંધી પાડી બેઠા હતા. કોઈક પકડા પકડી કરતું હતું. બે બાળકો હંસાબહેનના ખોળામાં બેસવા જીદ કરતાં હતા.

અધિકારી એ જોયું. જોતાં જ ગુસ્સે થઇ ગયા. હંસાબહેન અધિકારીને ઓળખતા નહોતા. એ બાળકો સાથે રમવામાં મશગુલ હતા. શિક્ષણાધિકારીએ બાજુના વર્ગમાં જઈ ગણપતરામ સાથે વાત કરી હંસાબહેનને બોલાવી કહ્યું. 'બહેન ! આમ ન ચાલે. તમે શિસ્તનું પાલન કરતાં નથી. તમે શિસ્ત ન રાખો તો બાળકો તોફાન કરે જ. તમારે શું કહેવું છે ? તમારે કારણ દર્શક નોટીસનો જવાબ આપવો પડશે.'

હંસાબહેને કહ્યું, "સાહેબ, ભૂલકાંઓ મા સાથે મસ્તી ન કરે તો ક્યાં જઈ કરે ? તમને શિસ્ત ભંગ દેખાય તો એ તમારી દ્રષ્ટિ છે. મારી પાસે શિસ્તભંગ માટે ખુલાસો મંગાય તે પહેલાં હું જ રાજીનામું આપી દઉં છું. બાળમાનસને પારખી ન શકે એવા અમલદારોના હાથ નીચે કામ કરવું એના કરતાં મારા કુટુંબના બાળકોને ભણાવું એ મારા માટે વધારે યોગ્ય છે.'

ગણપતરામ 'બેટા ! બેટા !' કહેતા રહ્યા – "આવતી કાલે આપના કાર્યાલયને રાજીનામું મળી જશે" આમ કહી હંસાબહેન શાળાના પગથિયાં ઉતરી ગયા.

***

૪૫. પીન્કી

પરસોત્તમ ભારતીય સંસ્કૃતિના આગ્રહી એમની રહેણી-કરણી, ભોજન, પોષાક સો ટકા ભારતીય.

એમાં એમના બે પુત્રોના લગ્ન સમીર અને શ્લોક કહેવા લાગ્યા, 'પપ્પા ! અમારા લગ્ન પછી આ બધું નહી ચાલે' સવિતા કહેતી. 'શ્લોકને તો સારી નોકરી છે એથી લગ્ન પછી અમદાવાદ જ રહેવાનું છે. તારા પપ્પાને મારી સાથે તો સમીર અને શ્રુતી જ રહેવાના છે.'

બન્ને દીકરાના લગ્ન થઈ ગયા. સમીર અને શ્રુતી સાથે માતા-પિતા રહેવા લાગ્યા. શ્રુતી પરસોત્તમના વિચારો મુજબ ભારતીય પોષાક પહેરે પણ વર્તન સારું નહી. સ્વભાવે ઉગ્ર. ઘરનું કામ કરે પણ પતિ-પત્નિને વગર કારણે સંભળાવ્યે રાખે.

નાનો પુત્ર શ્લોક અમદાવાદ રહે. એની પત્નિ પીન્કી અત્યંત મોડર્ન. કાયમ પેન્ટ | ટી-શર્ટ પહેરે . બોયકટ વાળ રાખે. વધારે પડતુ અંગ્રેજી બોલે આથી એને ત્યાં જવાનું મન ન થાય. પણ પરસોત્તમની અચાનક આવી પડેલી માંદગી લંબાતા સારવાર. માટે ન છૂટકે સવિતાબેન પતિને લઈ દીકરાને ત્યાં શહેરમાં ગયા.

પરસોત્તમને પીન્કી વહુના પહેરવેશને કારણે તકરાર થઈ હતી તે યાદ આવ્યું પણ કરે શું ?

દીકરાને ઘેર પહોંચ્યા. દીકરો વહુ એમને જોઈ ખુશ થઈ ગયા. સારામાં સારી સારવાર કરી. ડોકટરે આરામ કરવા કહ્યું. દવાખાનેથી ઘરે આવ્યા. પીન્કીએ સસરાની જવાબદારી સંભાળી લીધી. ખડે પગે સતત સેવા કરવા લાગી. સમયસર ચા-નાસ્તો

અનુકુળ ભોજન તો ખરું જ પણ રાત્રે છાપુ વાંચી સંભળાવવાનું, પગ દબાવવાના. આ જોઈ પરસોત્તમને સવિતા ભાવ-વિભોર થઈ ગયા.

પરસોત્તમે કહ્યું, 'ભલે કપડાં આધુનિક પહેરે પણ સંસ્કાર ભારતીય રાખી તેં અમારી સેવા...'વચ્ચેથી અટકાવી પીન્કીએ કહ્યું, 'શું તમે પણ પપ્પા ! એ તો મારી ફરજ છે !'

***

૪૬. પ્રસુતિની પીડા

વર્ષો પછી આજે કોકીલાબેન આદિત્યને લઈ સિધ્ધનાથ મહાદેવ આવ્યા હતા. આજે તો શહેરના નામાંકિત ઉધોગપતિ આદિત્ય મહેતાના માતુશ્રી તરીકેની પ્રતિષ્ઠા અને ગૌરવ પ્રાપ્ત થતાં એ ભગવાનનો પાડ માની વૈભવી જીવન જીવે છે પણ ત્યારે... એમણે કટુ સ્મરણ ખંખેરી નાખ્યું.

દોમ દોમ સાહ્યબી છે. કશીયે ઉણપ નથી. એકમાત્ર વસવસો છે. આદિત્ય ધાર્મિક નથી. કદીયે મંદિર જતો નથી કે દાન કરતો નથી. આજે એની ૪૦મી વરસગાંઠે માંડ સમજાવી શિવાલયે આવ્યા છે.

પૂજન-દર્શન પછી મા-દીકરો બહાર નીકળ્યા. મંદિરની સામેની ફૂટપાથ પર એક સ્ત્રી કણસતી હતી. એનો પતિ જતા આવતા સૌ તરફ હાથ લંબાવી પત્નિ તરફ આંગળી કરી કાકલુદી કરતો હતો પણ કોઈ ઊભુ રહેતુ નહોતું. સૌને ઉતાવળ હતી. એમણે આદિત્યને કહ્યું, 'ગાડી ઊભી રખાવ બેટા'.

ગાડી ઊભી રહી કોકીલાબહેન ઉતર્યા આદિત્યને પરાણે દોરાવુ પડ્યું. ગરીબ અપંગ યુવાન કહેતો હતો, 'મારી મંજુ, મા બનવાની છે. એ દુઃખી થાય છે. પૈસા નથી. એ મરી જશે હું રખડી પડીશ. કોકીલાબેનને જોઈ એ રડી પડ્યો'.

એમણે આદિત્યને કહ્યું, 'બેટા કંઈક મદદ કર'. અણગમો દર્શાવી આદિત્યએ કહ્યું, 'મમ્મી ! મને આ બધુ પસંદ નથી. પણ તું કહે છે તો..' આમ કહી ૫૦૦/-ની નોટ કાઢી ત્યાંજ કોકીલાબેનથી ધ્રુસકુ મુકાઈ ગયું. છતાં સ્વસ્થતા મેળવી કહ્યું, 'નહી બેટા ! થોડા

વધારે'. મને પ્રસૂતિની પીડાની ખબર છે. તારા જન્મ સમયે તારા પિતા પણ આમ જ....'

***

૪૭. ભૂલ

'શ્રી' ઈન્ડસ્ટ્રીઝના માલિક પ્રતિક પટેલ કેન્સર હોસ્પિટલના પગથીયાં ઉતરી ભારે હૈયે ગાડીમાં બેઠા. ચાવી ઘુમાવી, ઘરઘરાટી સાથે ગાડી ઉપડી પણ એમણે નજીકમાંજ પાર્કિંગ ઝોનમાં ગાડી ઊભી રાખી. ઊંડા વિચારમાં પડી ગયા.

'મને કેન્સર ! મેં શું કોઈનું બગાડ્યું છે ? કેટલાયે લોકોની મદદ કરી છે અનેકને રોજગારી આપી છે. બને તેટલી સમાજની સેવા કરી છે. કેન્સર? હવે થોડાકજ વર્ષ ! કદાચ મહીના' જેવી ભગવાનની મરજી. કદી કંઈ પાપ કર્યું નથી. અચાનક એ પ્રસંગનું સ્મરણ થયું. ગામના ખેતરનું એ જાંબુડાનું ઝાડ અને સવલી યાદ આવી ગયા. ત્યારે એ ૧૬ વર્ષની સવલીએ એની ઉંમરની. બેયની મસ્તી ચાલતી રહેતી.

એકવાર સવલીએ કહેલું, 'પ્રતિક ! તું મોટા ઘરનો અને હું ગરીબ, પછાત મને પ્રેમ ન કર આપણે લગ્ન નહી કરી શકીએ' પણ એકવાર એ મર્યાદા ઓળંગી ગયો અને પછી તો મુંબઈ આવી ગયો.

ધંધામાં પડ્યો. બધુંયે ભૂલાઈ ગયું. નસીબે યારી આપી અને પાંચ વર્ષમાં ફેકટરીનો માલિક બની ગયો. ધંધાના વિકાસમાં દિવસ રાત એક કર્યા દોમ દોમ સાહ્યબી આવી પણ સમયની કાયમી ખેંચ.

કોણ જાણે કેમ આજે સવલી યાદ આવ્યા કરે છે. બસ એ એકજ ખોટું કામ થઈ ગયું તે દિવસે બપોરે સવલી સાથે.. જોકે એયે ખોટું કે પાપ તો ન જ કહેવાય સવલીએ એની મરજીથી...

એણે વિચાર્યું અહીંથી જ ગામડે જવું અને એને મળવું. ગામનું પાદર વટાવી સીધો વાડીએ ગયો જે ક્યારેક એની હતી. હજી જાંબુડાના ઝાડ નીચે ઝુંપડી હતી.

એ ત્યાં પહોંચ્યો અને વાડી તરફ નજર કરી ત્યાંતો સવલી દોડતી આવી અને એના બાહુપાશમાં સમાઇ ગઈ. મોબાઈલ રણક્યો સવલીને અળગી કરી એ સહેજ દૂર ગયો. સ્ક્રીન પર દેખાયું 'કેન્સર હોસ્પિટલ' એ ધ્રૂજી ગયો. કાન પાસે ફોન ધર્યો, સંભળાયું, 'પ્રતિક સર ! માફ કરશો આઈ એમ વેરી સોરી. આપને કેન્સર નથી. રેડીયોલોજીસ્ટની ભૂલથી રિપોર્ટ ખોટો આવ્યો છે. સોરી સર'.

પ્રતિકની આંખો હર્ષાશ્રુથી છલકાઈ ગઈ. સામે સવલીની આંખમાંયે આંસુ હતા. કારણ જુદુ હતું.

***

૪૮. મંગલસુત્ર

કશ્યપ કંપનીમાં નોકરી કરે. મધ્યમ વર્ગનું સંયુક્ત કુટુંબ આથી કાયમ પૈસાની ખેંચ રહે પણ એની પત્ની માધવી કરકસરથી ઘર ચલાવે અને કોઈ કમી ન વર્તાય. શરૂઆતનું લગ્નજીવન. હરવા ફરવાનું, મોજ શોખ, નવા કપડા, નવા ઘરેણાં પહેરવાનું મન થાય પણ કશ્યપ શું કરે ? એણે વિચાર્યું આવતા મહિને લોન લઈ લઉં અને માધવી માટે નવું મંગલસુત્ર લઈ આવું. હાલ કોઈ મોટો ખર્ચ આવવાનો નથી. એણે માધવીને આ વાત જણાવી. માધવી એ કહ્યું, 'હાલ એવી કોઈ જરૂર નથી. હું ચાંદીનું પહેરું જ છું. પૈસા બચે ત્યારે સોનાનું કરાવજો' પણ કશ્યપ ન માન્યો.

અઠવાડીયા પછી પચાસ હજાર રૂપીયા માધવીના હાથમાં મૂકતાં કહ્યું, 'હું તેજસ જવેલર્સને ત્યાં મંગલસુત્ર જોઈને આવ્યો છું મને ગમ્યું છે. મેં એમ પણ કહ્યું કે મારા પત્ની લેવા આવશે આજે બપોરે તું લઈ આવજે'.

બીજે દિવસે માધવી સોનીને ત્યાં પહોંચી. મંગલસુત્ર જોયું. પ્રસન્નતા થઈ પણ ત્યાંજ મોબાઈલ રણક્યો. સાસુનો ફોન હતો એણે કહ્યું, 'હા. બા ! ત્યાં તો રૂદનનો અવાજ સંભળાયો. સાસુમાએ સ્વસ્થ થઈ કહ્યું, 'તારા દીયરને ગંભીર અકસ્માત થયો છે. તું ગ્લોબલ હોસ્પિટલ પહોંચ. કશ્યપ પણ આવતો જ હશે. અમે ત્યાંજ છીએ'.

માધવી હોસ્પિટલ પહોંચી ત્યારે દીયર પ્રશાંત આઈ.સી.યુ.માં હતો. સાસુમા એ કહ્યું, 'ડોકટરે ઓપરેશન કરવાનું કહ્યું છે. માધવીએ ઓપરેશન માટે પચાસ હજાર રૂપીયા જમા કરાવી દીધા.

***

૪૯. મા ને જોઈ નથી

આરોહિ નિત્યકર્મ પરવારી રસોઈ માટે પ્રવૃત્ત થઈ. આજે રવિવારની રજા હોવાથી અભિષેક પણ ઘરે છે. બાળકો હજી ઉઠ્યા નથી.

આરોહિ શહેરની પ્રતિષ્ઠિત શાળામાં શિક્ષિકા છે. પતિ અભિષેક કંપનીમાં જાય છે. મધ્યમવર્ગીય પરિવાર સુખી છે. પરંતુ આરોહિને ખુબ કામ રહે છે. પતિ માટે ટીફીન બનાવવાનું, બાળકોને ટયુશન અને શાળાએ મોકલવાના. વૃધ્ધ સાસુમાની સેવા કરવાની અને નોકરી કરવાની.

બે દિવસ પછી શાળામાં વાર્ષિક નિરીક્ષણ છે. હજી નિબંધની નોટો તપાસવાની છે. એણે નક્કી કર્યું કોઈ પણ સંજોગોમાં આજે બપોરે નોટો તપાસી શાળાનું કામ પૂર્ણ કરી દઈશ.

રાબેતા મુજબ બધા કામો થતા રહ્યાં. બપોર પછી બાળકો એમના રૂમમાં ગૃહકાર્ય માટે બેઠા. સાસુમા આડે પડખે થયા. અભિષેક ચાના કપ સાથે છાપુ લઈ બેઠા. એણે ગુજરાતી નિબંધની નોટોનું બુડલ ખોલી તપાસવાનું શરૂ કર્યું. બે ત્રણ નોટો જોઈ અને.....

એની આંખમાં આંસુ ધસી આવ્યા. ધ્રુસકુ મુકાઈ ગયું. અભિષેકનું ધ્યાન ગયું. એણે નજીક આવી પીઠ પસવારી કહ્યું, 'આરોહી શું થયું ? કેમ રડે છે ?'

આરોહીએ પાલવથી આંસુ લુછી નોટબતાવી. 'મા' વિશેના નિબંધમાં ધો. ૩ ના વિધાર્થીએ લખ્યું હતું. મેં મારી મા ને

જોઈ નથી આથી લખતો નથી.' આરોહિએ પણ મા ને કયાં જોઈ હતી એને જન્મ આપી મા એ દુનીયા છોડી દીધી હતી.

***

૫૦. ઈનામ

લક્ષ્મી આજે ખૂબ ખુશ હતી. આજે એના દીકરાને એસ.એસ.સી.માં શાળામાં પ્રથમ ક્રમાંકે ઉત્તીર્ણ થવા બદલ ૫૦૦/- રૂ. નું ઈનામ મળવાનું હતું.

એનું મન ભૂતકાળમાં જઈ ચડ્યું. પાંચ છોકરીઓ પછી મોહનનો જન્મ. છઠ્ઠી સુવાવડ પહેલાં સાસુએ કહેલું 'લખમી મારા પોતરાને રમાડીને મરું એવી મનછા મનેયે છે પણ આપણા હાથની વાત થોડી છે ! ઉપરા છાપરી ભગવાને પોંચ માતાયો મોકલી. હવે મમત મેલીદે તારું શરીરેય હાવ નંખાઈ જ્યું છે. આપણે મજુરીયાત મોણહ. હવે મારાથી મજુરી થતી નથી. તમે બે માણહ કેટલું વૈતરું કરોહ તારે રોટલા ભેળા થવાય છે.'

પણ પછીતો કુળદેવીની કૃપા થઈ અને મોહનનો જન્મ થયો. ખૂબ મહેનત કરી પેટે પાટાબાંધી એને ભણાવ્યો. એ પહેલેથીજ ભણવામાં હોંશીયાર આજે એના સન્માન અને ઈનામનો કાર્યક્રમ છે.

એટલામાં મનજી આવતાં એણે કહ્યું, 'તમારા રોટલા તૈયાર છે પણ આજે કંસાર કરીએ.' 'તે કરને !' મનજીએ કહ્યું 'લક્ષ્મી રડમસ અવાજે બોલી, 'છોકરો પહેલો નંબર લાવે ઈ ની ખુશીમાં સારુ જમીએ પણ ઘરમાં ગોળ-ઘી નો વેત નથી' મનજીએ કહ્યું, 'ગાંડી ! એમાં મુંઝાવાનું ? મોહનને ઈનામના પૈસા મળે એમાંથી જે લાવવું હોય તે લઈ આવજે. ચાલ હું તો ચાલ્યો.'

લક્ષ્મીનું મોં મલક્યું. હા એ બરાબર છે. મોહન આવ્યા પછી દૂકાને જઈ બધું લઈ આવીશ.

મોહન આવ્યો. લક્ષ્મી ઘરમાં માતાજીના સ્થાનકે લઈ ગઈ. પછી કહ્યું, 'બેટા ઈનામના પૈસામાંથી ગોળ ઘી લઈ આવીએ આજે કંસાર રાંધીએ !' મોહને ઘડીક રહી કહ્યું, 'મા. ઈ પૈસા - હું ઘરે આવતો હતો ત્યારે મારો મિત્ર સુરેશ ઝડપથી દોડતો જતો હતો. મને જોઈ ઉભો રહી રડી પડ્યો. એના બાપુને અકસ્માત થયો છે. ઈનામના પૈસા મેં એને આપી દીધા.'

***

૫૧. લક્ષ્મી

ડીસન્ટ ફૂટવેરના શૉરૂમની આગળ પ્રવીણભાઈ લતાબેન અને આઠ વર્ષની એમની દીકરી લક્ષ્મી ઉભા હતા. લક્ષ્મી ઉદાસ હતી. એની આંખમાં ઝળઝળીયા હતા.

પતી પત્ની લક્ષ્મીને સેન્ડલ અપાવવા આવ્યા હતા. અનેક વેરાયટી જોયા છતાં લક્ષ્મીએ ના કહેતાં માતા-પિતા અને દીકરી દુકાનની બહાર નીકળ્યા હતા. બહાર નીકળતાંજ લક્ષ્મી રડી પડી.

પપ્પાએ એના માથે હાથ ફેરવી કહ્યું, 'રડ નહી બેટા ! આપણે બીજી દુકાને જઈએ. આજે તારે માટે સેન્ડલ લેવાજ છે.' મા એ ઉમેર્યું, 'હા બેટા, ! તને ગમે તેવાજ સેન્ડલ બીજી દુકાનેથી લઈ લઈએ' મા એ લક્ષ્મીના આંસુ લૂછી ગાલે ટપલી મારતાંજ લક્ષ્મીએ ધ્રુસકુ મૂક્યું. ભીના સાદે એણે કહ્યું, 'મમ્મી ! રાત્રે મેં તારી અને પપ્પાની વાત સાંભળી હતી. પપ્પાએ કહ્યુ હતુ, 'મારી દવા પછી લઈશું. લક્ષ્મીને સેન્ડલ લઈ આપીએ ! મારે ૫૦૦/- રૂા.ના સેન્ડલ નથી લેવા પહેલાં પપ્પાની દવા લઈ લઈએ. પછી પૈસા વધેતો ૫૦/- રૂ. ના સ્લીપર લઈ લેજો. ભગવાને આપણને ગરીબ કેમ બનાવ્યા!'

લક્ષ્મીની વાત સાંભળી પ્રવીણભાઈ અને લતાબેનની આંખના ખૂણા ભીના થયા.

***

૫૨. ગરીબના આંસુ

રાજશ્રી સિનેમા થીયેટરની આગળ હકડેઠઠ ભીડ જામી હતી. હાઉસ ફુલનું પાટીયું ઝુલતુ હતું. 'ગરીબના આંસુ' સિનેમાનો આજે દસમો દિવસ હતો. શહેરમાં ઠેરઠેર પોષ્ટર લાગેલા હતા. ગરીબ ચિંથરેહાલ પાંચ વર્ષના રડતા બાળકને છાતીએ ચાંપી વહાલ કરતી માંનું ચિત્ર દેખાતું હતું.

આજે દસમા દિવસે પણ અનેક લોકોને ટિકિટ મળી નહી સૌ પાછા જતા હતા.

પરંતપ તૃપ્તી અને એમનો પાંચ વર્ષનો પુત્ર અંશ પણ સિનેમા જોવા આવ્યા હતા. પણ ટિકિટ ન મળતાં નિરાશ થઈ પાછા ફરતા હતા.

બહાર હોટલમાં જ ક્યાંક જમી લઈએ એવી તૃપ્તીની દરખાસ્ત સાંભળી પરંતપે ગાડી આસ્વાદ ડાયનીંગ હોલ તરફ લીધી.

'આસ્વાદ'ના પ્રાંગણમાં ગાડી પાર્ક કરી ગાડીમાંથી ઉતર્યા ત્યાંજ અંશે બુમ પાડી આંગળી ચીંધી. 'મોમ.. પેલો છોકરો જો.' અસલ સિનેમાના પોસ્ટરના ચિત્ર જેવીજ મુદ્રામાં કોઈક લાચાર ભિખારણ એના રડતા બાળકને વહાલ કરતી હતી.

થોડા સમય પછી ફૂટપાથ વાસી ભિક્ષુક માતા પુત્ર અને બોમ્બે મિલના માલિકનો પરિવાર એકજ સ્પેશીયલ ડાઈનીંગ ટેબલ પર ભોજન લેતા હતા ત્યારે એ ગરીબ સ્ત્રીની આંખમાં હર્ષના આંસુ હતા. કારણ અંશ ભીખારણના દીકરાને એની પ્લેટમાંથી હલવાનું ચકતું મૂકતો હતો અને આગ્રહપૂર્વક જમાડતો હતો.

***

૫૩. પપ્પા

દાદાએ પપ્પાને ચેક આપી કબાટ બંધ કર્યું. નાનો ચિંતન જોઇ રહ્યો. એણે કહ્યું, 'દાદા, તમે ગાડીનું ના કહેતા હતા ત્યારે પપ્પા ને ચેક કેમ આપ્યો ?' દાદાએ કહ્યું, 'મારો દીકરો મને બહુ વહાલો છે. ગાડી લાવવામાં એ એના પૈસા વાપરી નાંખે એ મને ન ગમે. મારા પૈસા એ એનાજ છે ને !' ચિંતને કહ્યું, 'દાદા પપ્પા ભલે ગાડી લાવે આપણે સાયકલ લાવીએ. પપ્પાની નવી ગાડી, મારી નવી સાયકલ. હમણાંજ જઈએ. મારી પાસે પપ્પાએ આપેલા પૈસા છે જે મેં મમ્મીને મૂકવા આપ્યા છે.'

થોડીવાર પછી દાદા પૌત્ર બજારમાં ગયા. નવી સાયકલ ખરીદી. સાયકલની દુકાનની સામે ગાડીઓની નંબર પ્લેટ ચીતરનાર હતો. ચિંતન દાદાને ત્યાં લઇ ગયો. નંબર પ્લેટ પર લખાવ્યું 'પપ્પા' એ પ્લેટ સાયકલના હેન્ડલની નીચે ભેરવી દીધી. દાદાએ પૂછયું 'આમ કેમ ?' પપ્પાના પૈસાથી સાયકલ લીધી છે એટલે બધા ગાડી પર લખાવે છે તેમ મેં 'પપ્પા' લખાવ્યું છે.' ચિંતને કહ્યું.

દાદા પૌત્ર પાછા ફર્યા. સશકત દાદા સાયકલ ચલાવતા હતા. ચિંતન આગળ બેઠો હતો.

સાંજ પડવા આવી. 'નવી ગાડી આંગણામાં આવી ઉભી રહી. પપ્પા ઉતર્યા. મમ્મીએ ગાડીને ચાંદલા કરી શ્રીફળ વધેર્યુ. પપ્પાની નવી ગાડીના આગળના ભાગે લખ્યું હતું, 'પપ્પા' ચિંતને દાદાને બતાવ્યું. દાદાએ સાયકલ બતાવી

ત્યાં પણ આગળ હતું 'પપ્પા'

મમ્મીએ ચિંતનને કહ્યું 'તારી સાયકલ તારા પપ્પાના પૈસાથી આવી છે. પપ્પાની ગાડી એમના પપ્પા એટલે દાદાજીના પૈસાથી આવી છે, એટલે એમની ગાડી પર પણ 'પપ્પા, સી હસી પડયા.

***

૫૪. ગેસ્ટ હાઉસ

પોષ માસની હાડ થીજાવતી કાતીલ ઠંડી, રાત્રીનો ૧૧:૦૦ નો સમય, એ ટ્રેઇનમાંથી ઉતર્યો. નાના સ્ટેશન પર થોડીક વાર ચહલ પહલ વર્તાઇ, પાંચ-દસ ઉતારુઓ ઝડપથી જતા રહ્યાં. એ એકલો પડી ગયો. પસાર થતા સ્ટેશન માસ્ટરને પૂછ્યું, 'મારે રાજનગર જવું છે કેવી રીતે જવાય ?' 'રાજનગર તો અહીંથી ૧૦ કિ.મી. દૂર, અત્યારે અહીંથી વાહન પણ ન મળે.' સ્ટેશન માસ્ટરે કહ્યું. એ ગભરાયો, છેલ્લી ટ્રેન આવી જતાં ઝડપથી જતા સ્ટેશન માસ્ટર અને સીગ્નલવાળાને ઉભા રાખી એણે કહ્યું, 'મને મદદ કરો, હું કયાં રાત વીતાવું ?' સ્ટેશન માસ્ટરે કહ્યું. 'અહીંથી એક કિ.મી દૂર ટૂરીસ્ટો માટેનું ગેસ્ટ હાઉસ છે ત્યાં પહોંચો. આમ કહી રસ્તો બતાવ્યો, સુસસામ ઠંડી રાત્રે એ બતાવેલ રસ્તે આગળ વધ્યો. એક પુરાણા મકાન આગળ તાપણું સળગતું હતું ત્યાં આવ્યો.

એને જોઇ ચોકીદારે બેટરીનો પ્રકાશ ફેંકી કહ્યું, 'શુ છે ? કોણ, છે તુ ? કેમ આવ્યો ?' એણે ચેહરા પરથી પરસેવો લુછતાં કહ્યું, 'રાજનગરના ખંડેરો જોવા આવ્યો છું, મારે રાત્રી અહી ગુજારવી છે.'

ચોકીદારે અકે ઓરડો આપ્યો, એ બારણું બંધ કરી સૂતો. એક કલાક પછી બારણે ટકોરા પડ્યા. એ ડરી ગયો. બારણું ખોલ્યું તો સામે ચોકીદાર 'કંઇ તકલીફ તો નથી ને ? સૂઈ જાવ ચિંતા ન કરો, હું છું ને.'

સવારે આઠ વાગ્યે ઉઠી બારણું ખોલ્યું તો સામે એજ ચોકીદાર. હવે દિવસે ભય નહોતો. એણે કહ્યું 'તમે રાત્રીએ મારી ખબર પૂછવા આવ્યા, કયાં સૂતા હતા?'

એણે કહ્યું, 'હું તો રેલ્વે સ્ટેશન પાછળ મારા ઘરે જતો રહ્યો હતો. રાત્રે મારો હમશકલ ભાઇ આવ્યો હશે. એ પણ ચોકીદાર હતો. આજ ગેસ્ટહાઉસમાં એનું મર્ડર થયું હતું. એ વાતનેય બાર વર્ષ થઇ ગયા.'

***

૫૫. વસુધાનું વહાલ

વસુધા વિભાકરને શાળાએ મૂકી પાછી ફરતી હતી. વિભાકરને શાળાએ મૂકવા અને લેવા જવાનો એનો નિત્યક્રમ. વિભાકરનો અને પતિનો પ્રેમ પામવા સ્વીકારી લીધેલી આ જવાબદારી એને ગમતી હતી.

વસુધા અને વિભાકરને ખૂબ પ્રેમ. વસુધા વગર વિભાકરને ઘડીએ ન ચાલે. શાળા સમય બાદ કરતાં એ વસુધાના રૂમમાં જ મળે.

વસુધા મા ખરી પણ સગી મા નહીં. એના પતિએ ત્યજી દીધેલી ત્યકતા. વિભાકરની મા તો પ્રિયંકા. એના પતિની પ્રેમીકા. વગર વાંકે પરણેતરને ત્યજીને ગેરકાયદે ઘરમાં લાવેલ પ્રિયંકાનો એ પુત્ર વસુધાના વહાલથી ભીંજાયેલો. દોઢ બે દાયકાથી દુઃખી વસુધાએ પણ એના પ્રેમનું ઝરણું વિભાકર તરફ વાળી દીધું. વિભુને જરાયે ઓછું ન આવે એ રીતે એને ઉછેરવો, ભણાવવો અને સારો માણસ બનાવવો એ એનું લક્ષ્ય હતું.

આલિશાન હવેલીમાં વસુધા એના સાસુ જયાબેન અને વિભાકર જ હતા. એના પતિ અને પ્રિયંકા ધંધાર્થે મોટા શહેરમાં રહેતા હતા. વસુધા જાણે વિભાકર માટે જ જીવતી હતી. વિભાકર શાળાએ જાય ત્યારે એના ઓરડામાં પુસ્તકોજ એના સાથી.

શરૂઆતમાં પ્રિયંકાને લાગ્યું, વસુધા વિભાકરને રાખે છે તો હું સ્વતંત્ર રીતે ફરી શકુ છું. ધંધામાં ધ્યાન આપવાનો સમય મળે છે. સારું છે, પણ પછી થયું કે આમ લાંબુ ચાલશે તો હું વિભાકરનો

પ્રેમ ગુમાવી બેસીશ. તેથી એણે પતિને મળી વિભાકરને હોસ્ટેલમાં મૂકવાનો નિર્ણય કર્યો.

વસુધાએ આ વાત સાંભળીને આંખોમાં ચોમાસુ બેઠું. એ ખૂબ રડી. એણે કાકલુદી કરી પતિને અને પ્રિયંકાને હાથ જોડી કહ્યું, 'મારાવિભુને મારાથી અળગો ન કરો. એના વગર મારું કોઈ નથી.' પણ એનું કોઈએ સાંભળ્યું નહીં. ઉલટાનું અપમાનીત કરતાં પ્રિયંકાએ હસીને કહ્યું, 'હટ હવે વેવલી ન થા, અને તારો વિભૂ કયાંથી ? વિભાકર મારો દીકરો છે, મારી ધારણા હતી તેમજ થયું. હવે વિભાકરને તારી પાસે રાખવો જ નથી. અમે કાલેજ નીકળીએ છીએ.'

વિભાકર હોસ્ટેલમાં ગયો. વસુધાએ એ દિવસે અન્ન જળનો ત્યાગ કર્યો. બીજા દિવસે રાત્રે, ચોથા માળે જઈ અગ્નિસ્નાન કર્યું. એના રૂમના ટેબલ પરથી ચિઠ્ઠી મળી. લખ્યું હતું. 'પ્રિય વિભુ, બેટા તારા કારણે જ હું જીવતી હતી. તારા ગયા પછી હવે જીવવાનું કોઈ કારણ નથી. આવતે ભવે મારો પુત્ર થજે. ખુબ સુખી થજે. વસુધા'.

***

૫૬. સમીર

સમીર માધ્યમિક શાળામાં શિક્ષક, અત્યંત સરળ, સીધોસાદો, નખશીખ સજ્જન. એને બાળકોને ભણાવવાનું ખૂબ ગમે. બધા વિદ્યાર્થીઓને અત્યંત વહાલ કરે. ખાસ કરી વિદ્યાર્થીનીઓને. કારણ જન્મ સમયે જ માતાને ગુમાવી બેઠેલો. ટૂંક સમયમાં પિતાએ ગુજરી જતાં કર્કશા કાકીએ ન છૂટકે ઉછેર્યો. અન્ય ભાઈ–બહેન તો હતાં જ નહીં, આથી સ્ત્રીની લાગણી માટે ભૂખ્યો એ વિદ્યાર્થીનીઓમાં મા–બહેન કે મિત્રના સ્વરૂપને શોધ્યા કરે.

પ્રતિષ્ઠિત શારદા વિદ્યાલયના ઉચ્ચતર માધ્યમિક વિભાગમાં ધો. ૧૨ માં કવિતા ભણાવતાં એ ભાવુક થઈ જતો. એને ત્યાં વિદ્યાર્થીઓ આવતા રહેતા. એ ટયુશન ફી લીધા વિના સહુને માર્ગદર્શન આપતો રહેતો.

- એવામાં એના લગ્ન થયા. પછીયે વિદ્યાર્થીઓનો ઘરે આવવાનો સીલસીલો ચાલુ રહ્યો, પત્ની સરિતાને એ ન ગમ્યું, એક બે વાર ઝગડાયે થયા. સમીરે પ્રેમથી સમજાવતાં પત્ની સરિતાને કહ્યું, 'સરુ ! હું શિક્ષણનો માણસ છું. વિદ્યાર્થીઓને ભણાવવા એ મારો ધર્મ છે. છતાંય હવે હું બાળકોને પહેલા કરતાં ઓછો સમય આપુ છું એ તું જાણે જ છે.'

સરિતા કંઈ ન બોલી, પાંચ માસ પસાર થઈ ગયા. એની પ્રિય વિદ્યાર્થીની શૈલજા સત્રાંત પરીક્ષામાં નાપાસ થઈ. ધો. ૧૨ની જાહેર પરીક્ષાને કારણે એ અને એના માતા-પિતા ચિંતીત હતા. શૈલજાએ એકવાર રડતી આંખે કહ્યું, 'સર ! મારા પપ્પા તમને

હપ્તેથી પૈસા આપી દેશે. અમારી આર્થિક સ્થિતિ સારી નથી પણ મને ભણાવો. હું રાત્રે ૮.૦૦ કલાકે આપને ત્યાં આવી શકું એમ છું.'

સમીરે હા પાડી શૈલજા નિયમિત ઘરે આવવા લાગી. વહેમી સરિતા હવે તો નજર રાખવા માંડી. હવે દરરોજ ઝઘડા થવા લાગ્યા. સમીરને સમજાઈ ગયું હવે ગમે તે એકની પસંદગી કરવાની છે નોકરી કે પત્ની.

ઉનાળાના વેકેશનમાં સમીર સરિતા ગામડે ગયાં. નવા સત્રમાં શાળાઓ શરૂ થઈ ત્યારે એ એકલો જ આવ્યો હતો.

***

૫૭. કીડો

રોજ સાંજે બગીચામાં ફરવા જવાનો મારો નિયમ. આજે પણ એ રીતે સરલાને કહીને નીકળ્યો. મારી નિયત જગ્યાએ બેઠો. ગુલાબના કયારા પર નજર પડીને થયું ઘરના કામકાજમાં રોજ સરલા આવી શકતી નથી. મહીનામાં એકાદવાર સમય કાઢીને આવે ત્યારે એ ગુલાબ પાસે લોન પરજ બેસે. ગુલાબ તરફ જોયા. કરે. એને ગુલાબ ખુબ ગમે.

એટલામાં ગંદી ગાળો અને માર-પીટનો અવાજ સંભળાતાં હું એ તરફ ગયો. એક યુવાને કોઈ સ્ત્રીની છેડતી કરી હતી. આથી એને માર પડતો હતો.

હું ત્યાંથી પાછો ફરતો હતો ત્યારે ગલગોટાના છોડ પરથી મોગરાના ફૂલ તરફ જતો એક કીડો નીચે પડી ગયો. ત્યારેજ માળીએ ત્યાં માટીની ટોપલી ઠાલવી.

***

૫૮. દેવશંકર ભટ્ટ

પ્રિયેશ આઇ.એ.એસ. થયો. પરિવારમાં ખુશીનું મોજુ ફરી વળ્યું. થોડા સમય પછી એને નિમણૂંક પત્ર મળ્યો. વડોદરાના કલેકટરનો કાર્યભાર એને સંભાળવાનો હતો. ફરજ પર જતા પહેલાં પરિવારજનોએ પાર્ટીનું આયોજન કર્યું.

પાર્ટી દરમીયાન એ એક વયોવૃધ્ધ સાથે વાતો કરતો રહયો. વારંવાર હાથ જોડતો રહયો. બધા પોતપોતાના ગ્રુપમાં સેલ્ફી લેતા હતા. એની તપાસ થઇ. એકાંત ખૂણે બેઠેલા સાવ સાદા ગ્રામીણ સાથે હજી પણ પ્રિયેશની વાર્તા ચાલતી હતી. કંટાળેલી એના પત્નીએ નજીક બોલાવી કહયું, 'હવે એની સાથે શું ખેંચ્યે રાખો છો ? ત્યાં બધા તમારી રાહ જુએ છે. ઝટ આવો'.

પ્રિયેશ આદરપૂર્વક હાથ પકડી વૃધ્ધને લઇ આવ્યો. વચ્ચે આ વૃધ્ધ, આજુબાજુ માતા-પિતાને ખુરશી પર બેસાડયા. સહુ સ્વજનો અને મિત્રો સામે ઉભા હતા. એણે પાછળ ઉભા રહી કહયું. 'આજે હું જે કંઇ છું એ એમના કારણે છું. એ મારા પ્રા. શાળાના શિક્ષક દેવશંકર ભટ્ટ છે. ફટાફટ અનેક ફોનમાં આ તસ્વીર અંકિત થઇ ગઇ.

***

૫૯. ફોટો

મનોહર સ્ટેશને ઉતર્યા. રિક્ષામાં બેઠા. રીક્ષા ચાલવા લાગી, મનમાં વિચારોયે ચાલુ થયા. ૨૫ વર્ષ થઈ ગયા પુત્રને મળ્યે. હવે તો એને યે ઉંમર વર્તાતી હશે. એનો છોકરો અને છોકરીયે પરણાવવા જેવા થઈ ગયા હશે !

કેવા વિચિત્ર સંજોગો ! એણે ઉતરતી જ્ઞાતી ની છોકરી સાથે લગ્ન કર્યા ને ગામ છોડી ભાગી ગયો. ધીમે ધીમે વાત વિસારે પડી. એને શોધવામાં કંઈ કમી ન રાખી. પણ એ ન મળ્યો. આજે ૨૫ વર્ષે પાકી ભાળ અને સરનામું મળ્યું

એક આંચકા સાથે રિક્ષા થોભી. વિચારોયે થોભ્યા 'દાદા ! અલકાપુરી આવી ગયું !

એમણે ડાયરીમાંથી એડ્રેસ વાંચ્યું મંગલમ સોસાયટી, બંગલા નં. ૨૦, ભારે હૈયે ગેટ ખોલ્યો તો ૧૯ વર્ષની દીકરીએ આવકાર આપ્યો. 'આવો દાદા' ૧૭ વર્ષનો કિશોર બાજુના રૂમમાંથી પાણી લઇ આવ્યો. મનોહરની નજર સામેની દીવાલના એમનાજ એન્લાર્જ ફોટોગ્રાફ પર પડી. પૌત્ર ફોટોગ્રાફને વંદન કરી સ્કુલે જવા નીકળ્યો. દાદાની આંખો છલકાઈ ઉઠી. દીકરી મુદ્રા એ ફોન કરી પિતાને બોલાવ્યા.

૨૫ વર્ષ પછી પિતા પુત્ર એક બીજાની બાંહોમાં લપેટાઈ રડતા હતા. ત્યારે પુત્રવધૂ ચંદા શ્વસુરના ચરણ પાસે પાલવ પાથરી વંદન કરતી હતી.

***

૬૦. ખાલીપો

કેટલા બધા વર્ષો થઇ ગયા ! સુકેતુ કહેતો હતો, 'પપ્પા, ગઈ બાવીસમી એ તમને બ્યાસી મું બેઠું.'

હું અતીતમાં ખોવાઈ જઈ મારા 'હું' સાથે વાતે વળગુ છું. હું હકુમતરાય દેશાઈ. ડેપ્યુટી કલેકટર. ઓફિસમાં આવતો ત્યારે બધા લળી લળી સલામો ભરતા. પટાવાળો પાણી લઈ આવતો. હેડ કલાર્ક હસ્તાક્ષર માટેની ફાઈલ મૂકી જતો. ટાઈપીસ્ટ કોરા કાગળ લઈ ઉભી રહેતી. થોડી થોડી વારે ફોનની રીંગ વાગતી.

ઘડીયાળમાં બાર ટકોરા પડ્યા. પંખાની સ્વીચ ઓન કરવાની હતી. પણ ઉભુ કેમ થવાય ! લાકડી લઈ સઘળી તાકાત એકઠી કરી ઉભો થયો. સ્વીચ ઓન કરી. પંખો ફરવા માંડ્યો.

હવે તો.....પંખાનો અવાજ, ઘડીયાળના ટકોરા અને હવાની ફરફર સિવાય કશો અવાજ સંભળાતો નથી.

વીજળીના તાર પર બેઠેલ ચકલી, કબુતર કે કાગડાયે હવે દેખાતા નથી. દૂર મોબાઈલના ટાવર પર કદાચ બેસતા હોયતો એટલું લાંબુ દેખાય નહીં કે સંભળાય નહીં. દેખાય છે (બારીમાંથી) સાવ ખુલ્લું આકાશ, રસ્તા પરના વાહનોનો અવાજ બહેરાશને કારણે મારા કાન સુધી પહોંચતો નથી.

સુકેતુ અને શિવાની નોકરીએ જાય છે. પૌત્ર પાર્થ સ્કુલે જાય છે. સ્કુલેથી આવી ટ્યુશન જાય છે.

ત્રિપોઇ પર થરમોસમાં ચા અને જગમાં પાણી મુકેલું છે. પણ કોઇની વસ્તી નથી. કોઈ અવાજ નથી. હું મારા 'હું' સાથે વાતો

કરીને થાકુ છું. નકકી કરું છું. આજે સાંજે પાર્થ સાથે વાત કરીશ. (સાંજે) પાર્થને કહું છું, 'આવ બેટા, આપણે ખુબ વાતો કરીએ.' પાર્થ કહે છે, 'સોરી દાદાજી ! આજે નહી. રવિવારે આપણે ખુબ વાતો કરીશું.'

આજે તો હજી સોમવાર. પુરા છ દિવસ કાઢવાના. ધૂંધળું દેખાય છે પણ રોજ કેલેન્ડર સામે જોઉ છું રવિવારની પ્રતીક્ષામાં.

આજે રવિવાર છે જમ્યા પછી પાર્થને બોલાવું છું. 'બેસ બેટા !' પાર્થ કહે છે 'પ્લીઝ દાદાજી, આજે મારે એક પ્રોજેકટ માટે ટીચર સાથે વૃધ્ધાશ્રમની મુલાકાતે જવાનું છે.'

***

૬૧. અધૂરું ગીત

રંજના પાઠક્ના સુગમ સંગીત કાર્યક્રમના હાઉસફૂલ શો 'એક શામ રંજના કે સાથ' ના શ્રોતાઓની આતુરતાનો અંત આવ્યો. પડદો ખુલ્યો.

છેલ્લી લાઈનમાં મોઢું છુપાવી બેઠેલ માતા શારદાના સંસ્મરણોનો યે પડદો ખુલ્યો. ક્ષણ માત્રમાં બધુ જ યાદ આવી ગયું પુત્રીનો ઉછેર. અભ્યાસ, સંગીતની લગન, પરપ્રાંતિય પ્રોફેસર સાથેના પ્રેમલગ્ન પછીનો ગૃહત્યાગ, અબોલા અને સંબંધ વિચ્છેદ.

આજે બાર વર્ષ પછી આજ શહેરમાં પુત્રીનો કાર્યક્રમ હોઈ એને દૂરથી નિહાળી આશિષ પાઠવવાની લાલચ શારદા દેવી રોકી ન શકયા.

રંજના નો અવાજ સંભળાતાં એમની નજર સ્ટેજ પર પડી 'હવે હું એ ગીત રજુ કરું જે આ શહેરમાં મેં અનેકવાર ગાયું છે. મને પ્રિય મારી માતાએ શીખવાડેલું આ ગીત બાર વર્ષ પછી આજે રજુ કરું છું. કેટલાક વર્ષોથી વિસારી દીધેલુ આ ગીત સંભળાવવાની કોશિષ કરું છું.'

ગીત શરૂ થયું 'તમે યાદ આવ્યા,

બહુ યાદ આવ્યા.....'

ગીતના આગળના શબ્દો સંભળાયા નહી. મૌન, એક ધ્રુસકું. અને ત્યાંતો છેલ્લી હરોળમાંથી શારદા દેવી સ્ટેજ પર પહોંચી ગયાને અધૂરું ગીત આગળ વધ્યું.

કશું યે કારણ નહોતું ને
તમે યાદ આવ્યા.
તમે યાદ આવ્યા.'

***

૬૨. છેલ્લું પ્રિમીયમ

૬૦ વર્ષની ઉંમર છતાં યુવાનને શરમાવે એવી સ્ફૂર્તીથી એ વીમા ઓફિસના પગથીયાં ચડ્યો મરૂન કલરની જર્સી, સફેદ પેન્ટ અને દોરાકટ મૂછો એના વ્યક્તિત્વને નીખાર આપતી હતી તેથી એ ૬૦ વર્ષેય સોહામણો લાગતો હતો.

વીમા ઓફિસમાં બારી ખુલવાની પ્રતીક્ષા કરી રહેલા વયસ્કો બેઠા હતા. બાંકડા તરફ તેણે જોયું બેસવાની જગ્યા નહોતી એક પ્રૌઢાએ એના તરફ જોઈ મોં મલકાવી કહ્યું, 'અહીં આવી જાવ' એ થોડુંક ખસી તેથી જગ્યા થઈ.

વાત વાતમાં સ્ત્રીએ કહ્યું, 'વર્ષોથી એકલી રહું છું. કોલેજમાં પ્રોફેસર હતી. બોલવાનું ગમે છે. અપરણિત છું. ભાણેજને એની વહુ મારી સાથે હતાં એ છ મહિનાથી છોડીને જતા રહ્યાં છે'.

એણે કહ્યું, 'હું પણ એકલોજ છું મળતા રહીશું પ્રતિ માસે આજ સમયે અને સ્થળે. વધુ આવતી મુલાકાતે'.

બારી ખુલી સહુ હારબંધ ઉભા રહ્યા પ્રિમીયમ ભરી એ દાદર ઉતરતો હતો ત્યારે ખ્યાલ આવ્યો ઓહ ! આ તો છેલ્લું જ પ્રિમીયમ છે !

***

૬૩. દાદા ને ભેટ

'ઉષા કિરણ'ના સંપાદક અરવિંદ દેસાઈ કાર્યાલયમાં બાલ વિભાગની આવૃત્તિનું મેટર જોતા બેઠા હતા. ત્યાં મોબાઈલ રણક્યો. પૌત્રો, પૌત્રીઓના સમૂહ સ્વરમાં સંભળાયું 'દાદા ! હેપ્પી બર્થ ડે' અરવિંદભાઈને પોતાના બોત્તેરમાં જન્મદિનનું સ્મરણ થયું. નાના ચિંતુ નો અવાજ સંભળાયો 'દાદા ! સાંજે વહેલા આવજો તમારો હેપ્પી બર્થ ડે ઉજવવાનો છે.'

સાંજે સાનંદાશ્ચર્ય થયું. સ્વજનોએ ઘર શણગાર્યું હતું. દાદા પાસે બર્થ ડે કેક કપાવી ઉજવણી કરી. 'હેપ્પી બર્થ ડે ટુ દાદા !' ના નાદથી ઘર ગુંજી ઉઠયું. છેલ્લા ઘણા વર્ષોથી દાદાનો જન્મદિવસ ઉજવાતો નહોતો. નીમ્ન મધ્યમવર્ગના કુટુંબ પાસે પૈસાયે નહોતા અને સમય પણ નહોતો.

પ્રસન્ન દાદાએ સહને આશિષ પાઠવી. બાળકોએ ભેગા મળી દાદાને ભેટ આપી. એ પારકર પેન હતી. બીજે દિવસે દાદાને ખબર પડી કે પૌત્રો પૌત્રીઓએ ખીસ્સા ખર્ચમાંથી બચાવેલા પૈસામાંથી દાદા માટે પેન ખરીદી હતી.

દાદાએ 'ઉષા કિરણ' ના બાલવિભાગ માટે એ પેનથી વાર્તા લખી 'કીડીની હાથીને ભેટ.

***

૬૪. કાનજી

આજે સવારથીજ સવલી અને એનો બાર વર્ષનો પુત્ર કાનજી ખુશ હતા. ૧૨ ના સુમારે મંદિર પર બાવન ગજની ધજા ચઢવાની હતી.

સવલી વહેલી ઉઠી ઘરનું કામ પરવારી ગઈ. કાનજીએ રાતનો વધેલો રોટલો ખાધો. પહોંચી ગયા એ ઠાકર દ્વારે.

બારનો સમય થવા આવ્યો. મંદિરની આગળ એક ખૂણામાં એ ઉભા રહ્યા. જૂની ધજાના કાપડમાંથી એક લીરો મળેતો પોલકું કે ખમીસ થાય એ આશાએ તેઓ આવ્યા હતા.

નગરના મોટા માણસો આવી ગયા સહુ મંદિરમાં ગયા. જગન્નાથ ગોર મુખ્ય પૂજારી આવ્યા. આગળ પૂજા સાહિત્યનો થાળ લઈ સેવક ચાલતો હતો. જગન્નાથની નજર સવલી પર પડી એ ઉભા રહ્યા. કાનજી તરફ જાયું એમને ઠાકરધણી યાદ આવ્યા નજીક જઈ ધીમેથી કહ્યું, 'સવલી ! તું પણ ચાલ મંદિરમાં. સવલીએ કહ્યું, 'અમે તો દલીત મા–બાપ ! અમારાથી નો અવાય'.

જગન્નાથે કહ્યું, 'તું નહી આવેતો આજે પૂજાયે નહી થાય અને ધજાયે નહી ચઢે'. પરાણે ગામગોર જગન્નાથે સવલીને મંદિરમાં પ્રવેશ કરાવ્યો. પહેલીવાર માં-દીકરાએ રણછોડરાય સામે માથુ નમાવ્યું ત્યારે ગોર મંત્રો ભણતા હતા અને કાળીયોઠાકર કાનજી તરફ જોઈ મરક મરક થતો હતો.

***

૬૫. આપણે અહીં જ રહીશું

અંકિત વર્ષો પછી ગામડે આવ્યો. સહુ ખુશ થઈ ગયા. ઘરમાં પ્રસન્નતાનું મોજુ ફરી વળ્યું. આટલા વર્ષો પછી પણ એ ઓશરી, રાંધણીયું, દીવાલ પરનો દાદાનો ફોટો, ખખડધજ પલંગ, આંગણાનો લીમડો બધું જ યથાવત હતું, કશુંયે બદલાયું નહોતું. એનું મન પણ...

માતા અને પત્ની સાથેના કટુ પ્રસંગો યાદ આવી ગયા. એણે કચરો વાળી સાવરણી ખંખેરતી તૃષાને જોઈ, વિચારો - કટુ સ્મરણો ખંખેરી નાખ્યા.

ઘણા વર્ષોથી મહાનગરમાં રહેતા હતા. કોરોના વધ્યો અને ગામ આવવાનો નિર્ણય કર્યો. બીજે જ દિવસે દેશમાં લોકડાઉન.

શહેરમાં અત્યંત સુવિધાપૂર્ણ નિવાસ છતાં તૃષા બીમાર રહેતી હતી. ભણતરના ભાર વચ્ચે બાળકો ય વ્યથીત રહેતા હતા. પૂરતું ઊંઘતાયે નહોતા.

અહીં આવ્યા પછી તૃષા સાજી થઈ ગઈ. બાળકોને તો મજા પડી ગઈ. સવાર-સાંજ નદીએ નહાવાનું, રોટલા અને માખણ ખાવાનું અને રાત્રે દાદાની વાર્તા સાંભળતાં સૂવાનું.

હમણાંતો નાનો પાર્થ રોજ કહે છે, "મમ્મી હવે આપણે અહીં જ રહીશું."

***

૬૬. રંગોળીના રંગ

દીપાવલીની રાત્રિએ ફટાકડાના અવાજ બંધ થયા. રાત્રી આગળ વધતી હતી. સરોજ અને એનો લાડકો દિયર મંદાર રંગોળી કરવા બેઠા. મંદાર હતો તો 14 વર્ષનો પણ ચિત્રકલામાં એની વિશેષ અભિરુચિ. આથી, સરસ ચિત્રો બનાવતો.

રંગોળી પૂર્ણ થઇ મંદાર ઉત્સાહમાં તાળી પાડી ઘરમાં જાય છે. ત્યાં પગની ઠેસથી ભૂરા રંગનો વાટકો ગબડ્યો. રંગોળી પર રંગ ફેલાઈ ગયો.

'બાપ રે!' ચીસ નીકળી ગઇ. એ ધ્રૂજી ઊઠ્યો. ભાભીની આંખમાંથીયે અમીને બદલે આગ વરસી. મોટાભાઈ તો ખૂબ વઢ્યા, "ધ્યાન રાખને જરા. ત્રણ કલાકની મહેનત પર પાણી ફેરવ્યું મુર્ખાએ.'

ભાભીએ કહ્યું, "સવારે વહેલા ઉઠી નવી રંગોળી કરીશું. હવે સુઇ જાવ.' સહુ ઘરમાં ગયા.

વહેલી સવારે ચાર વાગ્યે સરોજ રંગોની થાળી લઈ બહાર આવી. જોયું તો સ્વચ્છ આંગણામાં પહેલાં કરતાં વધારે સુંદર રંગોળી તૈયાર હતી. બાજુમાં બે કોડિયાની જ્યોત હમણાં જ બુઝઇ હોય એમ લાગતું હતું.

મંદાર ઘસઘસાટ ઊંઘતો હતો.

***

૬૭. છીંડુ

મનોરભાઈએ ખેતરના શેઢે આંબલીના ઝાડ નીચે બેસી ચલમ ચેતાવી. એ સવારના કામે લાગ્યા હતા. ગામથી નજીક આવેલ ખેતરમાં વાડ રહેતી નહોતી. ડોસા છીંડા પૂરતા રહેતા, પણ થોડા દિવસ પછી હતું એવું થઈ જતું.

ચલમનો ઊંડો કશ લઇ વિચારમાં પડ્યા. રોંઢા વેળા થવા આવી હજુ વહુ કેમ નહીં આવી હોય! કદાચ ઘરકામ, કચરા, વાસણ, કપડાં ધોવામાં મોડું થયું હશે. આમ તો ડોશી જ ભાથું લઇ આવતા, પણ નવી બીમારી કોરોનામાં ચંદુ ગુજરી ગયો. યુવાન નછોરવી વહુ કેટલા દિવસ ઘરમાં બેસી રહે ! એનેયે મન વિહારો થાય આથી હવે એ વહુને મોકલે છે. મંજુ વહુએ થોડા દિવસ પહેલા જ ડોશીને કહ્યું હતું, "બા, તમારા દિકરાને ગયે છ મહિના થયા. આપણે મજુર માણસ ઘરમાં ન ગોઠે. હવે ભાથું આપવા હું જઈશ. બાપાને મદદ પણ કરીશ." વહુની વાત સાંભળી ડોશીએ હા ભણી. ત્યારથી વહુ આવે છે. વળી હમણાં હમણાં ચંદુની મા પણ માંદી રહે છે.

મનોર ડોસાએ નેજવું કરી રસ્તા તરફ જોયું તો મંજુ વહુ માથે ભાત લઈ આવતી દેખાઇ. એની સાથે મસ્તી કરતો છેલબટાઉ કિશન પણ હતો. એ ખૂણા પરના છીંડા પાસે આવ્યા. ત્યાં ડોસાને જોઇ કિશન ઝડપથી બાજુના માથોડા જુવારના ખેતરમાં ભાગી ગયો.

વહુએ ભાથુ નીચે મૂકી કહ્યું, "બાપા, શીદને આટલી મહેનત કરો છો. કાલથી તમે ન આવતા, હું ખેતીનું કામ કરીશ."

ડોસાએ કહ્યું, "બેટા, અઘરું કામ છે. તારાથી ન થાય. કાલથી તુ સીમમાં ન આવતી. ભાથુ આપવાયે નહીં."

'મજબૂત વાડ કરીએ તો પણ છીંડુ રહી જાય છે.' ડોસાએ સ્વગત બોલી કમને ભાથાની પોટલીની ગાંઠ છોડી.

***

૬૮. તલાશ

કવિ મનોજ 'આનંદ' આજ સવારથી જ ઉદાસ હતા. માંડ માંડ નિત્યકર્મ પરવાર્યા. સવારના 10:30 થયા હશે. બાળકો શાળાએ ગયા. મોટી દીકરી કોલેજ ગઈ. તે પછી એમના પત્ની આગળના ઓરડામાં આવ્યા. કવિ જૂની ખખડધજ આરામ ખુરશીમાં બંધ આંખે બેઠા હતા.

રાગીણીએ કહ્યું, "સવારથી તમે ઉદાસ જણાવ છો. શું થયું છે?" કવિએ કહ્યું, "મારી ઉદાસીનતાના ચોક્કસ કારણો છે. આજે સવારે મિત્ર પરંતપે જણાવ્યું કે, "તમારે ત્યાં આવકવેરાના અધિકારી રેડ કરવાના છે. તમને બદનામ કરવા કોઈએ અરજી કરી છે."

રાગીણીએ ફિક્કું હસી કહ્યું, "એમાં મુંઝાવાનું શું? આપણી ક્યાં એટલી બધી આવક છે. માંડ માંડ પૂરું થાય છે. ત્યાં..." એમને અધવચ્ચેથી અટકાવી કવિએ કહ્યું, "તારી વાત બરાબર છે. પણ આબરૂ તો જાયને."

એટલામાં આંગણામાં ગાડી આવી ઊભી રહી. એક અમલદાર, બે કારકુન અને પટાવાળો ઘરમાં દાખલ થયા. અમલદારે રુઆબ છાંટી પૂછ્યું, "તમે જ કવિ આનંદ?" કવિએ હાથ જોડી આવકાર આપી સૌને બેસાડ્યા.

અમલદારે હાથ નીચેના સ્ટાફને કહ્યું, "કામે લાગો. ઘરનો ખૂણેખૂણો ફેંદી કાઢો. કાળું નાણું સંગ્રહવાનો આરોપ છે એમના પર. ચોક્કસ બાતમીના આધારે આપણે આવ્યા છીએ. રોકડ, દાગીના જે મળે તે મારી પાસે લાવો."

તપાસ થઈ. ઘરમાં બધે જ જોઈ વળ્યા કશું મળ્યું નહીં. એટલામાં પટાવાળાએ બૂમ પાડી, "સાહેબ, રસોડાના ભંડકીયા પર એક કાળું પાકીટ છે." સાહેબે કહ્યું, "લાવો, એમાં જ હશે કાળું નાણું." પાકીટમાં જોયું તો એમાંથી બે ડાયરી નીકળી. જેમાં કવિની અપ્રગટ કવિતાઓ લખાયેલી હતી.

અમલદારે કહ્યું, "માફ કરજો, કવિરાજ. રિપોર્ટ કરી દઉં છું. તલાશ કરતા કંઇ વાંધાજનક મળ્યું નથી."

***

૬૯. ઝાલા વિલાસ

આનંદ નગરની મધ્યમાં આવેલ ઝાલા વિલાસ પેલેસ એટલે શિલ્પકલા વાસ્તુકલા અને ચિત્ર કલાનો ઉત્તમ નમૂનો. એને જોતાં જ તે સમયની જાહોજલાલી તાદ્રશ્ય થાય. આ મહેલ જોવા દૂર દૂરથી પર્યટકો આવતા રહેતા પણ 2001ના ભૂકંપમાં મહેલના ઉપરના માળ તૂટી ગયા. નીચેનો માળ સલામત રહ્યો. દૂરથી ખંડેર જણાતા આ મહેલને જોવા આવનારની સંખ્યા નહીવત થઇ ગઇ.

પણ હવે 20 વર્ષના અંતરાલ પછી લોકો આવતા થયા. છેલ્લા બે-ત્રણ માસથી એક ચીંથરેહાલ ભિક્ષુક મહેલના આગળના વિશાળ ઓટલા પર બેસી જતા-આવતા સહુ તરફ હાથ લંબાવે છે. લોકો આપે પણ છે. રાત્રે અહીં સુઇ જાય છે.

પુરાતત્વ વિભાગ તરફથી રક્ષિત સ્મારક જાહેર થતા આજુબાજુની જમીન સરખી કરી પટાંગણ અને મહેલની સફાઈ શરૂ થઈ. સફાઈ કામદારોના સુપરવાઇઝરે કહેવા છતાં, મુખ્ય પ્રવેશ દ્વારની બાજુમાં ઓટલા પરથી ભીક્ષુકે એનો અસબાબ હટાવ્યો નહીં. આ ગાંડા જેવો ભિક્ષુક અહીંથી કેમ જતો નથી. તે પ્રશ્ને ચર્ચાતો હતો.

કોઈકે પુરાતત્વ વિભાગના ઉચ્ચ અધિકારીને અરજી કરી જણાવ્યું કે આ ગાંડાને અહીંથી હટાવો. એના કારણે સ્વચ્છતા જળવાતી નથી અને પ્રવાસીઓને અડચણરૂપ છે.

એક દિવસ વડા અધિકારી આવ્યા અને ધમકી આપી, "આ તારું બેસવાનું - રહેવાનું સ્થાન નથી. અહીંથી હમણાં જ જતો

રહે. નહીં તો પોલીસ ટીંગાટોળી કરી મહેલ પાછળની ખાઇમાં ફેંકી દેશે.'

એ રડી પડ્યો. ચોધાર આંસુ વહી રહ્યાં. મેલી થેલીમાંથી ધાતુના ડબ્બામાંથી તસવીર કાઢી સાહેબને બતાવી રડતા રડતા એટલું કહ્યું, "આ મહેલ મારા પરદાદા સંગ્રામસિંહે બનાવેલો છે."

***

૭૦. ભગવાન માટે

મનહરભાઈ વીસ વર્ષે ગામમાં આવ્યા. અમેરિકા કમાવા ગયેલા. એમને ત્યાં ગોઠી ગયું. પછી તો એમણે સંતાનોને ત્યાંજ ભણાવ્યા, પરણાવ્યા અને ધંધે લગાડ્યા.

સર્વ રીતે સુખી હતા પણ વતનનો સાદ સંભળાયા કરે. ગામનું ઠાકર મંદિર, ભીમનાથ મહાદેવ, ચોરો, પાદરનો વડ, તળાવ, બાળગોઠીયાઓ સાથેની રમતો.

એવામાં ભત્રીજાના પુત્રનું લગ્ન આવ્યું. એમને ન્યુજર્સીમાં કંકોત્રી મળી. એ ખુશ થઇ ગયા. એમણે સરલાને કહ્યું, 'આપણે અઠવાડીયા પછી ઇન્ડિયા જઈએ છીએ. સમીરનું લગ્ન છે. એ બહાને વતનમાં જવાશે. બધાને મળાશે.'

વિમાનમાં બેઠાને જૂની યાદો ઘેરી વળી. ખેતર, પાદર, તળાવ, ભેરુબંધો બધું ખૂબ યાદ આવતું ગયું. વિમાનમાં બેઠા ત્યારથીએ મૌન હતા. સરલાએ કહ્યું, 'શું વિચારો છો? કેમ કંઈ બોલતા નથી?' એમણે કહ્યું, 'કેટલા બધા વર્ષ થઇ ગયા ! બધું યાદ આવે છે.'

અમદાવાદ વિમાનમથકે ઉતર્યા. ભત્રીજો ગાડી લઇ તેડવા આવ્યો હતો. વાતો વાતોમાં ગામ આવી ગયું.

બીજે દિવસે એમણે સરલાને કહ્યું, 'હું ગામમાં આંટો મારી આવું...' ભત્રીજાએ કહ્યું, 'કાકા ! સાંજે જજો. હાલ સરપંચ વગેરે આવવાના છે.'

સાંજે એ નીકળ્યા. ઠાકર મંદિરે ગયા તો ત્યાં એક ભીંત પડી ગઈ હતી. બારણે તાળું હતું. કોઈકને પૂછ્યું તો જાણવા મળ્યું કે પાછળની ભીંત નમી છે. અંદર જવામાં જોખમ છે આથી તાળું છે. પાદર ગયા તો વડને ઠેકાણે શોપીંગ સેન્ટર હતું. પાદરના ખૂણા પરની શાળામાં વર્ગખંડને અભાવે બાળકો લીમડા નીચે બેસી ભણતા હતા. ભીમનાથ મહાદેવના મંદિરની દીવાલો પર તિરાડો પડી હતી. એ ઉદાસ થઇ ગયા. ઘરે આવી સરલાને કહ્યું, 'હવે આપણે અમેરીકા નથી જવું અહી રહીશું. ભગવાને આપેલા પૈસા ભગવાન માટે વાપરીશું. ગામના લોકોની સુખાકારી માટે કમાયેલા બધા નાણા વાપરી કાઢીશું ત્યાં સુધીમાં તો આપણું આયખું પુરું થશે.'

***

Feedback

A small initiative globally for society.

Do you know, a tap that drips once every second wastes about 1,000 liters of water every month.

#SAVE WATER #SAVE EARTH

One Man NGO: Shri Aabid Surati (Painter, Author, Cartoonist, Activist)
www.ddfmumbai.org

We would be happy to have your feedback...☺

Please share your transparent review/feedback/rating to encourage our author or services. Share your testimonials by clicking the link on www.nexus-stories.com

Our books (eBook & Paperback) are available globally.

www.nexus-stories.com # Amazon # Flipkart

@nexus.stories

@nexus_stories

@Nexus Stories

@nexusstories2016

@ nexus-stories

Have a Happy Reading...!!! 😊

www.ingramcontent.com/pod-product-compliance
Lightning Source LLC
LaVergne TN
LVHW010818051026
849532LV00007B/2566